INSIGHT PUBLICA®

INSIGHT PUBLICA
Nadakkavu, Kozhikode, Kerala
www. insightpublica.com
e-mail: insightpublica@gmail.com

Molapambu

(Malayalam Stories)

Shabitha

First Edition: March 2018
Second Edition: October 2021

ISBN 978-93-85899-85-0

മൊലപ്പാമ്പ്

ഷബിത

INSIGHT PUBLICA®

അമ്മമ്മയ്ക്ക്,
കഥയില്ലായ്മകൾ നമ്മുടെ കഥകളാണെന്ന്
പഠിപ്പിച്ച എന്റെ ആദ്യത്തെ സ്ത്രീക്ക്.

1985 മെയ് 30-ന് കോഴിക്കോട് അത്തോളിയിൽ ജനനം. മാതാപിതാക്കൾ മുണ്ടികണ്ടിയിൽ ബാലൻനായർ ഉഷാദേവി. അത്തോളി ഗവ. വൊക്കേഷണൽ ഹയർ സെക്കണ്ടറി സ്കൂൾ, ഗുരുവായൂരപ്പൻ കോളേജ്, അണ്ണമലൈ യൂണിവേഴ്സിറ്റി, ഭാരതീയാർ യൂണിവേഴ്സിറ്റി എന്നിവിടങ്ങളിൽ വിദ്യാഭ്യാസം. ഇംഗ്ലീഷ് സാഹിത്യത്തിൽ പി.ജിയും ബി.എഡും. മാധ്യമപഠനത്തിൽ പി.ജി.

ടി. ദാമോദരൻ തിരക്കഥാ പുരസ്കാരം, മാനവ ചെറുകഥാപുരസ്കാരം, പൂക്കാട് കലാലയം ചെറുകഥാ പുരസ്കാരം എന്നിവ നേടി. 2016 ഡി.സി. ബുക്സ് നോവൽ കാർണിവലിൽ മികച്ച അഞ്ചു നോവലുകളിലൊന്നായി 'ഗീതാഞ്ജലി' തിരഞ്ഞെടുത്ത് പ്രസിദ്ധീകരിച്ചു.

ഭർത്താവ് : സജീഷ് ഗോവിന്ദ്

മക്കൾ : ശ്വേത കാർത്തിക, മേധ ഗോവിന്ദ്, ധ്യാൻ ദേവ

Email.shabitha. saj@gmail.com.

ഷബിത

ആ മുഖം

"നീയൊക്കെ ഒരു കാലത്ത് കാച്ചിവെച്ച വെള്ളം കുടിക്കാൻ നിവൃത്തില്ലാണ്ട് ഓടും. നോക്കിക്കോ, ഉഷ ജീവിച്ചിരിപ്പുണ്ടേൽ അന്ന് കാണാം."

ഉഷാമ്മയുടെ പ്രവചനം അച്ചട്ടായി തീരാൻ ഒരു അഞ്ചാറ് കൊല്ല മൊക്കെയേ പിന്നെ വേണ്ടിവന്നുള്ളൂ. കോളേജിൽ പോകുമ്പോൾ പാതി തണുപ്പിച്ച് മുന്നോട്ടു നീട്ടുന്ന ചായ കുടിക്കാൻ നേരമില്ലാതെ ബാഗുമെടു ത്ത് ഓടുമ്പോൾ ഒറ്റ ദിവസവും വിട്ടുപോവാതെ അമർഷത്തോടെ അമ്മ അനുഗ്രഹ വർഷങ്ങൾ ചൊരിയുന്നത് ഇങ്ങനെയൊക്കെയായിരുന്നു. ഉള്ള ജോലിയിൽ ഇനിയൊരു ലീവും അവശേഷിക്കാത്തതുകൊണ്ടും ഞാനെടുക്കേണ്ട പണി ഞാൻ തന്നെ എടുക്കേണ്ടതു കൊണ്ടും ഞാനോടുന്ന ഓട്ടത്തിന് അന്നത്തേക്കാൾ പുരോഗതിയുള്ള വേഗത ഇന്നുണ്ട്. അത് കൊണ്ട് അന്ന് എന്നെ കാത്തു നിൽക്കാത്ത ബസി നെയൊക്കെ എനിക്ക് കാത്തു നിൽക്കാൻ പറ്റി. ബസ്സിൽ കയറിയാൽ എനിക്കൊരഹങ്കാരമുണ്ട്. ഞാൻ ഫുൾടിക്കറ്റ് കൊടുക്കുന്നത് കൊണ്ടും കോഴിക്കോട് സ്റ്റാൻഡുവരെ യാത്രചെയ്യുന്നത് കൊണ്ടും ഇരിക്കാൻ സീറ്റ് കിട്ടിയിരിക്കണം. അതുകൊണ്ട് കാലുകുത്താൻ ഇടയില്ലാത്ത ബസ്സിൽ കയറി ഞാൻ ഓരോ സീറ്റിലേക്കും മാറിമാറി നോക്കും. ഒരു പ്ര തീക്ഷയ്ക്ക്. അഥവാ ആരെങ്കിലും എണീറ്റാലോ. ഭാഗ്യം എന്റെ കൂടെയാണ്. ഒറ്റക്കൊരു പുരുഷൻ! അതും ഒരു സുന്ദരൻ. ആ മുഖം എനിക്കോർമ്മ യുണ്ട്. മൂപ്പര് സ്വന്തം, ഒറ്റക്ക് ഒരു സീറ്റിൽ സുഖമായിരിക്കുന്നു. ആഹാ! എന്നിലെ ഫെമിനിസ്റ്റ് 'പോയിരിക്കെടീ' എന്നു പറയേണ്ട താമസം

അയാളുടെ തൊട്ടടുത്ത് മറ്റെല്ലാവരെയും തോല്പിച്ച് ഞാനിരുന്നു. എന്റെ ഭാവം ഒന്നു കാണേണ്ടതു തന്നെയായിരുന്നു. ഒരു പാവം ശാന്തനരികെ ഞാനൊന്നു വിശാലമായി വിരിഞ്ഞ് ഇരുന്നു.

പെട്ടെന്നാണയാൾ ഉറക്കെപ്പറഞ്ഞ് ‘പ്രിയരെ. അതുകൊണ്ട് ഞാൻ ഊന്നിയൂന്നിപ്പറയുകയാണ്’ നമുക്ക് രാജഭരണം മതി.’’ എന്റെ ഉള്ളൊന്ന് കാളി. ഇത്രയും നേരം ഈ സീറ്റ് കാലിയായി ഇരുന്നതിന്റെ പൊരുൾ ഇനി പിടികിട്ടാനൊന്നുമില്ല. സംശയദുരീകരണമെന്നോണം വാക്കുകളുടെ മാലപ്പടക്കത്തിന് തീകൊളുത്തിയ പോലെ അയാൾ വായവീണ്ടും തുറന്നു.

“നിങ്ങൾ മേധാപട്ക്കറിനെക്കുറിച്ചാലോചിക്കാത്തതെന്തുകൊണ്ട്? ഒരു ഇരുകാലി, നാല്ക്കാലികൾക്ക് വേണ്ടി നിലകൊണ്ടില്ലെങ്കിൽ പിന്നെ ഇരുകാലിയും നാല്ക്കാലിയും തമ്മിലെന്ത് വ്യത്യാസമാണുള്ളത്?”

ഞാനാരേയും നോക്കാതെ കണ്ണുകളടച്ച അവരുടെയൊക്കെ ഭാവം എനിക്കൂഹിക്കാൻ പറ്റുന്നതല്ലേ. ഒരു ധൈര്യത്തിന് കയ്യിലെ ബാഗെടുത്ത് ഞങ്ങൾക്കിടയിൽ ഒരു ചൈനാമതിൽ തീർത്തപ്പോൾ മൂപ്പര് എന്നെയൊന്നു നോക്കി.

‘ടീച്ചറാണല്ലോ. ടീച്ചർ മാർക്ക് അവർ മാത്രം ഇരുന്നാൽ പോര ബാഗിനെയും ഇരുത്തണം’

ഒരു വളിഞ്ഞ ചിരിയിൽ ഞാനിരുന്നു വിയർത്തപ്പോൾ ഉള്ളിൽ നിന്ന് ഫെമിനിസ്റ്റ് വീണ്ടും വിളിച്ച പറഞ്ഞു. ‘എഴുന്നേറ്റ് നിന്ന് നാണം കെടരുത്. അവിടിരുന്ന് സഹിച്ചോ.’ മൂപ്പര് കുതിരവട്ടത്തേക്ക് തന്നെ യായിരിക്കും. അല്ലാതെ എവിടെപ്പോകാനാണ്?. ഇടക്കിടെ പുറത്തെ കാഴ്ചകൾ അത്ഭുതത്തോടെ നോക്കുന്നുണ്ട്. ഒരുപക്ഷേ കാലങ്ങൾക്ക് ശേഷം യാത്ര ചെയ്യുകയായിരിക്കും. എന്തൊക്കെയോ പിറുപിറുക്കു ന്ന കൂട്ടത്തിൽ ഞാൻ വ്യക്തമായി കേട്ടു. ‘രണ്ട്’ ഞാൻ പുറത്തേക്ക് നോക്കി. ‘രണ്ട്’ എന്നുദ്ദേശിച്ചത് എന്തിനെയാണ്? എനിക്കൊന്നും കാണാനായില്ല. അയാളുടെ സ്വതന്ത്രമായ ലോകത്ത് അയാളൊരു ആന്റണിയായി. ബാക്കിയുള്ളവർ റോമാക്കാരും. ബ്രൂട്ടസ് വളരെ നിഷ്ക ളങ്കനാണ് എന്നാവർത്തിച്ച പറഞ്ഞതുപോലെ രാഷ്ട്രീയ പ്രവർത്തകർ പലരും അദ്ദേഹത്തിന്റെ ഭാഷണത്തിൽ തുടരെ തുടരെ നല്ലവരായി. ഇടക്കിടെ എന്നെയൊന്ന് ഒളിക്കണ്ണിട്ടുനോക്കിക്കൊണ്ട് ഇരുത്തിമൂളും. ഇടക്കിടെ പെട്ടെന്ന് പുറത്തേക്ക് നോക്കി എണ്ണും. മൂന്ന്... നാല്... വീണ്ടും തിരിച്ച് പ്രസംഗത്തിലേക്ക്. ജപ്പാൻ കുടിവെള്ളം. ആഗോളതാപനം. അതിനിടയിൽ അമേരിക്കൻ പ്രസിഡണ്ട് രാജിയും വെക്കണം. തലക്കു ളത്തൂർ സ്റ്റോപ്പെത്തിയപ്പോഴാണ് ഒരു ശുഷ്കിച്ച കൈ അയാളെ തോണ്ടി

വിളിച്ചത്. ആ മുഖവും എനിക്കോർമ്മയുണ്ട്. കോഴിക്കോട് ശാന്താദേവിയെപ്പോലൊരു നീറുന്ന മുഖം. നിരന്തരമായി തോണ്ടി വിളിച്ചപ്പോൾ അയാളെഴുന്നേറ്റു എന്റെ മുഖത്ത് നോക്കി ഉറക്കെപ്പറഞ്ഞു. "എട്ട്" ബാക്കി ടീച്ചറെണ്ണിക്കോ. അയാൾ തീർത്ത ശൂന്യതയിലേക്ക് ഞാൻ നീങ്ങിയിരുന്നപ്പോൾ പരുന്തുപോലൊരാൾ സീറ്റിലേക്ക് താഴ്ന്നിരുന്നിട്ടു പറഞ്ഞു. 'ബുദ്ധി മാറിപ്പോയാലെന്തു ചെയ്യാനാ?' മാറിപ്പോകുന്ന ബുദ്ധി. മാറാതിരിക്കുന്ന മനുഷ്യൻ. 'എട്ട്.' എനിക്ക് എന്തെട്ടിന്റെ പണിയാണ് തന്നിട്ടു പോയത്?. എണ്ണി പൂർത്തിയാക്കാൻ എന്തായിരിക്കും പാതയോരത്ത് അയാൾ തന്നിട്ടുള്ളത്? എട്ടുവരെ എണ്ണിയൊപ്പിച്ച കാഴ്ചയിൽ ഞാനെന്തു കൂട്ടിച്ചേർക്കും?

ആ മുഖം കഴിഞ്ഞ നാളുകളിലെ ഓർമ്മയിൽ എവിടെയോ വല കെട്ടിക്കിടപ്പുണ്ട്. ഒരു ഇലയുടെ ആകൃതിയിൽ. മാ[illegible]ല ളുക്കുന്ന ഒരു [illegible]ം എത്തിപ്പിടിക്കാനാവാത്ത അത്ര ഉയരത്തിലാണ് ആ ഇലവലയുള്ളത്. അതിൽ കുടുങ്ങിയ ഒരു പിടക്കുന്ന പ്രാണിയായി 'മൊലപ്പാമ്പ്'മുണ്ട്. 'മൊലപ്പാമ്പ്' പ്രസിദ്ധീകരിക്കാൻ തെരഞ്ഞെടുത്ത സുമേഷ് ഇൻസൈറ്റിന് സ്നേഹം.

ഇനി നിങ്ങളെയെണ്ണാൻ ഏൽപിച്ചുകൊണ്ട് ഞാനിറങ്ങട്ടെ.

'മൊലപ്പാമ്പി'ൽ ചെറിയൊരു സ്വാതന്ത്ര്യം കൂടിയെടുക്കുന്നു. സുഭാഷ്ചന്ദ്രൻ ഒരിക്കലയച്ച മറുപടിക്കത്ത് ഇതിന്റെ അവതാരികയായി ദുരുപയോഗം ചെയ്യുകയാണ്.

●

ഒരു കത്ത്

സുഭാഷ് ചന്ദ്രൻ

പ്രിയ ഷബിതാ മുഖോപാധ്യായ്,

നിന്റെ പേരിനൊപ്പം അങ്ങനെയൊരു സർനെയിം ഞാനെപ്പോഴും മണത്തിരുന്നു. ഗീതാഞ്ജലി എന്നൊരു നോവലെഴുതി നീ ടാഗോറത്തിയായപ്പോൾ ആ മണം എന്റെ മൂക്കിൽ എന്നെന്നേയ്ക്കുമായി ഉറച്ചിരിക്കുന്നു. പണ്ടേ മുക്കോപാധ്യായനായ ഞാൻ നിന്റെ പുതിയ കഥാസമാഹാരത്തെക്കുറിച്ചും മണത്തറിഞ്ഞിരിക്കുന്നു!

സാഹിത്യത്തെക്കുറിച്ചുള്ള ചർച്ചയ്ക്കുമുമ്പേ അല്പം ജീവിതത്തെക്കുറിച്ച് കുശലം ചോദിക്കട്ടെ: ഞാൻ എഴുത്തിനിരുത്തിയ നിന്റെ ഇളയ മോൻ എന്തെടുക്കുന്നു? അവനോട് നന്നായി പഠിക്കാൻ പറയണം. എന്നാലേ എഴുത്തിനിരുത്താനുള്ള എന്റെ കഴിവ് ലോകം അംഗീകരിക്കു എന്നു മനസ്സിലാക്കിക്കണം. അവന്റെ 'എഴുത്തച്ഛൻ' (തലതൊട്ടപ്പൻ എന്ന മട്ട്) സുഭാഷ് ചന്ദ്രനാകുന്നു എന്നത് എന്നെ വലുതാക്കുമോ? അതോ സാക്ഷാൽ എഴുത്തച്ഛനെ ചെറുതാക്കുമോ? .

നോക്കൂ, നമ്മൾ എഴുത്തുകാർ ജീവിതത്തെക്കുറിച്ചുള്ള കുശലം പറയുമ്പോൾ പോലും അത് എഴുത്തിലും എഴുത്തച്ഛനിലുമൊക്കെ ചെന്നെത്തുന്നു! അതു പക്ഷേ ഒരു ദുർവിധിയൊന്നുമല്ല. എഴുത്തിനെക്കുറിച്ചും എഴുത്തുകാരെക്കുറിച്ചുമൊക്കെ ആലോചിക്കാൻ ചിലർ ബാക്കിയുണ്ടെന്നുള്ളത് ദൈവത്തിന് സന്തോഷമുള്ള കാര്യമാണെന്ന് ഞാൻ കരുതുന്നു.

പഴയ ഹിന്ദി സിനിമയിലെ അമരീഷ്പുരി അവതരിപ്പിച്ച വില്ലൻ കഥാപാത്രത്തെപ്പോലെ മൂപ്പർ എന്റെ അക്ഷരങ്ങൾ കണ്ട് താടി ചൊറിഞ്ഞ് ഇങ്ങനെ പറയുന്നുണ്ടാവണം: മുഗമ്പോ ഖുശ് ഹുവാ! ഒരു മകൻ ഇല്ല എന്ന കാര്യത്തിൽ എനിക്ക് ചിലപ്പോഴെങ്കിലും കുണ്ഠിതം തോന്നിയിട്ടുണ്ടോ എന്ന് ചിലർ ചോദിക്കാറുണ്ട്. ഇല്ല എന്നു മാത്രമല്ല, രണ്ടു പെൺകുട്ടികളുടെ അച്ഛനാകാൻ കഴിഞ്ഞതിൽ അത്യധികം അഭിമാനിക്കുന്നവനമാണ് ഞാൻ എന്നാണ് എപ്പോഴും എന്റെ ഉത്തരം. പുന്നാമകം എന്ന നരകത്തിൽ നിന്ന് പുരുഷനെ രക്ഷിക്കുന്നവൻ എന്നാണത്രെ പുത്രൻ എന്ന വാക്കിന്റെ അർത്ഥം. അപ്പോൾ അമ്മയ്ക്കുള്ള നരകങ്ങളോ? അവളെ ആരു രക്ഷിക്കും എന്നതിനെക്കുറിച്ച് നമ്മുടെ പുരാണങ്ങൾ മൗനം പുലർത്തുന്നു. ആയിരത്തൊന്നു രാവുകളിലെ ഏതോ കഥയിൽ പെണ്ണ് സ്വന്തം ലൈംഗികാവയവത്തെ നരകം എന്ന് വിശേഷിപ്പിക്കുന്നുണ്ട്; പുല്ലിംഗത്തെ ചെകുത്താൻ എന്നും. ജനിക്കുമ്പോൾ തന്നെ അവൾക്ക് ഒരു നരകം കൈവശാവകാശമായി കിട്ടിയിരിക്കുന്നു എന്നാകുമോ കവി ഉദ്ദേശിച്ചത്? പുതിയ തലമുറയിൽപ്പെട്ട ഒരെഴുത്തുകാരിയായ നിന്നെ ഒരു ജ്യേഷ്ഠൻ എന്ന നിലയ്ക്ക് ഉപദേശിക്കാൻ എനിക്ക് അർഹതയുണ്ടോ എന്നറിയില്ല. എങ്കിലും മറ്റുള്ളവർ അഹങ്കാരം എന്നു വിളിക്കുന്ന ആ മനോഹരമായ ആത്മവിശ്വാസത്തോടെ ഞാൻ ഒരു കാര്യം നിനക്കു പറഞ്ഞുതരാൻ ആഗ്രഹിക്കുന്നു. യഥാർഥ പുരുഷനെക്കുറിച്ചുള്ള ഒരു സങ്കല്പം സമൂഹത്തിൽ സൃഷ്ടിക്കുവാൻ എഴുത്തിലൂടെ ഒരു യഥാർഥ പെണ്ണിനു സാധിക്കണം. ലോകത്ത് എല്ലാം സൃഷ്ടിക്കപ്പെട്ടിരിക്കുന്നത് ഭാവനയുടേയും സങ്കല്പത്തിന്റേയും കരടുരേഖയിൽനിന്നാകയാൽ, യഥാർഥപുരുഷൻ എന്നൊന്ന് ഇനിയും ഉണ്ടായിട്ടില്ലാത്ത നമ്മുടെ ജീവിതപരിസരത്തിൽ അതിനുള്ള ഒരു ശ്രമം ഓരോ പെണ്ണെഴുത്തിലും ഉണ്ടാകേണ്ടിയിരിക്കുന്നു. മകനെ പെറുന്ന ഒരമ്മയെപ്പോലെ പുരുഷനെ പെറുന്ന ഒന്നാകട്ടെ നിന്റെ തൂലിക! നിനക്ക് പുതുവൽസരാശംസകൾ! കഴിഞ്ഞ വർഷം നീ ചെയ്ത ഏറ്റവും നല്ല കാര്യം 'ഗീതാഞ്ജലി' എന്ന നോവലാണെന്ന് നിനക്ക് ഉറപ്പുണ്ടാകേണ്ടിയിരിക്കുന്നു. എഴുത്താണ് ഒരെഴുത്തുകാരന് / കാരിക്ക് ചെയ്യാൻ കഴിയുന്ന ഒരേയൊരു നല്ല കാര്യം എന്നറിയാമല്ലോ. എല്ലാ മനുഷ്യരേയും പോലെ നമ്മിലും തിന്മകൾ കലർന്നുകിടക്കുന്നുണ്ട്. പിന്നെ എന്താണ് ദൈവത്തിനുമുന്നിൽ ഒരു കഥാകൃത്തിനുള്ള അധികയോഗ്യത? അത്, നന്മതിന്മകളെ വ്യവച്ഛേദിച്ചറിയാൻ അയാൾക്കുള്ളകഴിവാണെന്ന് ഞാൻ കരുതുന്നു. നാം തിന്മ ചെയ്യുന്നു, പക്ഷേ അത് തിന്മയാണെന്ന് നമുക്കറിയാം. നാമതിൽ പശ്ചാത്തപിക്കുന്നു. ഹൃദയം നീറുന്നു. കലാകാരന്റെ പണിശാലതന്നെ ഈ നരകമാണ്. സാധാരണമട്ടിലുള്ള ഒരു പാപിക്ക് ഈ പണിശാല സ്വന്തമല്ല. കക്കാൻ

കയറുന്നകള്ളൻ വീട്ടുകാരനുനേരെ കത്തിയോങ്ങിക്കൊണ്ട് 'സത്യം പറയണം, അലമാരയുടെ താക്കോൽ എവിടെയാണ്?' എന്ന് ആക്രോശിക്കാറുണ്ട്. ദൈവമേ, അവനും സത്യമാണ് വേണ്ടത്!

എഴുത്തുകാൻ അന്വേഷിക്കുന്ന സത്യം തീർച്ചയായും അമ്മട്ടിലുള്ളതല്ല. ഞാനും നീയും ഈ ഭൂമുഖത്ത് ഇല്ലാത്ത ഒരുകാലത്തെ മനസ്സിൽ സങ്കല്പിക്കാതെ ഒരു വരിയും എഴുതാൻ തുനിയരുത്. ഒരു കലാകാരന്റെ ഏറ്റവും ഉജ്ജ്വലമായ സങ്കല്പശേഷി അതിലാണ് കിടക്കുന്നത്. താനില്ലാത്ത ഒരു കാലത്തെ ഏറ്റവും യഥാതഥമായി സങ്കല്പിക്കാനുള്ള കഴിവാണ് അത്.

കാളിദാസന്റേയോ ഷേക്സ്പിയറുടേയോ മുഖമെങ്ങനെയെന്നു പോലും നമുക്ക് അറിവില്ല. എന്നാൽ അവരുടെ ഹൃദയം എങ്ങനെയെന്ന് നമുക്കിന്ന് കൃത്യമായി അറിയാം! ഈ അജ്ഞാതത്തിലേക്ക് വരുംകാലത്തിലെ ഒരു വായനക്കാരനെ കൈപിടിച്ചിറക്കാൻ കഴിയുന്നിടത്താണ് എഴുത്തിലെ ആത്യന്തിക വിജയമിരിക്കുന്നത്. കേന്ദ്രസാഹിത്യ അക്കാദമിയോ വയലാറോ കിട്ടുന്നതിലല്ല, ഇനിയും ജനിച്ചിട്ടില്ലാത്ത ഒരാൾ വരുംകാലത്തെ ഒരു രാത്രിയിലിരുന്ന് നിന്റെ കഥയോ നോവലോ വായിച്ചിട്ട് 'ഓ, ഷബിത!' എന്നു പറയുന്ന നിമിഷമാണ് എഴുത്താളന്റെ ജീവിതത്തിലെ സുവർണനിമിഷം.

ഇത് നിന്നെ പഠിപ്പിക്കേണ്ടുന്ന ഒന്നല്ല എന്നെനിക്കറിയാം. എങ്കിലും പുതിയ തലമുറയിലെ പല എഴുത്തുകാർക്കും എങ്ങനെയെങ്കിലും ഒരു പുസ്തകം അച്ചടിച്ചിറക്കി എഴുത്തുകാരൻ എന്ന പേര് ചാർത്തിക്കിട്ടുന്നതിലപ്പുറം എഴുത്തിനെക്കുറിച്ച് വലിയ സങ്കല്പങ്ങളൊന്നുമില്ല എന്നതാണ് യാഥാർത്ഥ്യം. നിന്റെ യാഥാർഥ്യം അങ്ങനെയാകാതിരിക്കട്ടെ. കൂട്ടതൽ കുഴക്കങ്ങളിൽ ചെന്നുചാടുന്ന നേരത്ത് നിനക്ക് ധൈര്യമായി എന്നെ ഓർക്കാം. ആദ്യത്തെ കഥയെഴുതിയ കാലം മുതൽ എല്ലാ പ്രസിദ്ധീകരണങ്ങളും ഏറ്റവുമധികം കൊതിച്ച ഒരെഴുത്തുകാരനാകാൻ ഭാഗ്യമുണ്ടായിട്ടും ഞാൻ കഴിഞ്ഞ കാൽനൂറ്റാണ്ടു കാലത്ത് വെറും ഇരുപത്തെട്ട് കഥകളേ അവർക്ക് അയച്ചുകൊടുത്തിട്ടുള്ളൂ. ആദ്യ നോവലിന് ഇന്ത്യയിൽ കിട്ടാവുന്ന എല്ലാ അവാർഡുകളും കിട്ടിയിട്ടും രണ്ടാം നോവലിൽ ഞാൻ ഏർപ്പെടുന്ന തച്ച് നേരിട്ടുകണ്ടാൽ മലയാളം അവളുടെ എല്ലാ മക്കളേയും എന്നെക്കൊണ്ടേ എഴുത്തിനിരുത്തൂ എന്നെനിക്കുറപ്പുണ്ട്! (അഹങ്കാരം, അഹങ്കാരം)

പെണ്ണേ, എളുപ്പത്തിൽ കരഗതമാകുന്ന ആയിരം കാര്യങ്ങൾ വേണ്ടെന്നുവച്ച് കിട്ടാക്കനി പോലെ തോന്നുന്ന മറ്റൊന്നിനുപിന്നാലെ നടക്കുന്ന ആളുടെ പേരാണ് കലാകാരൻ/ കാരി എന്നത്. മറ്റെന്തല്ലെങ്കിലും എഴുതുന്നയാൾ സൃഷ്ടിക്കുന്നത് ഒരു കലാവസ്തുവാണ്. ആ ബോധം

ഉള്ളിലിട്ടുനീറ്റിക്കൊണ്ട് മുന്നോട്ടുപോകുക. 'മഹതി'യായ ഒരെഴുത്തുകാരിയാകാൻ പ്രയത്നം ചെയ്യൂ. ഏറ്റവും കുറഞ്ഞത് ഒരു 'നല്ല' എഴുത്തുകാരിയെങ്കിലുമാകാൻ അതുനിന്നെ സഹായിക്കും.

സ്നേഹത്തോടെ

സ്വന്തം

സുഭാഷ് ചന്ദ്രൻ

കോഴിക്കോട്

1/ 1 /18

കഥകൾ

വെർജിൻ ടെസ്റ്റ്

ആനിയമ്മയും മറിയാമ്മയും മരുമകളെ കൺകുളിർക്കെ നോക്കിനിന്നു. വിചാരിച്ചത്ര ചരക്കൊന്നും പെൺവീട്ടുകാർ കൊട്ടുത്തയച്ചില്ലെങ്കിലും ലില്ലിക്കുട്ടിയുടെ മരുമോളെക്കാളും ഭേദമാണ്. ജോണിക്കുട്ടിക്ക് തത്ക്കാലത്തെ കടം വീട്ടാനുള്ളതൊക്കെ കാതിലും കൈയിലും കഴുത്തിലുമുണ്ട്. ജോണിക്കുട്ടിയുടെ മുറിയിൽ തത്ക്കാലം അമ്മച്ചിയുടെ പലകക്കട്ടിൽ ഇടാം. പെൺവീട്ടുകാർ കട്ടിലും കിടക്കേം കൊണ്ടുവരുമ്പോൾ മറിയാമ്മച്ചിക്ക് പലകകട്ടിൽ തിരികെയിട്ടു കൊടുക്കാം. ആനിയമ്മയുടെ പ്ലാൻ ഉത്തരത്തിലിരുന്ന് കേട്ട എലി മൂലോട് ഇളക്കി സിമന്റ് തൊയിച്ചു. മണൽത്തരി തലയിൽ വീണ ആനിയമ്മ നാശമെന്ന് പറഞ്ഞ് മുകളിലേക്ക് നോക്കി. മോളിക്കുട്ടിയുടെ ചൈനാസിൽക്ക് സാരി കൊണ്ട് തയ്ച്ചുണ്ടാക്കിയ മേലാപ്പിനുള്ളിലൂടെ സിമന്റ് പൊടി വീഴുന്നു.

''വെഷം വെച്ചാലും ചാവാത്ത നാശങ്ങൾ.'' ആനിയമ്മ പിറുപിറുത്തു.

മറിയാമ്മയുടെ വിഷമം മുഴുവൻ പലകക്കട്ടിലായിരുന്നു. മറിയാമ്മ തഞ്ചവും താളവും നോക്കി മരുമോളോടു കുശുകുശുത്തു.

''സത്ക്കാരം ഇന്നുതന്നെയാക്കാമായിരുന്നെടീ ആനിപ്പെണ്ണേ...''

സംഗതി മനസിലായ ആനിയമ്മ മുഖം മുറുക്കി തിരിച്ചടിച്ചു.

''അമ്മച്ചീടെ പലകക്കട്ടിൽ വേണ്ടെങ്കിൽ വേണ്ട. അതുങ്ങള് നെലത്ത് കിടന്നോട്ടെ.''

വീട്ടുകാരണവത്തിയുടെ ആത്മാഭിമാനം, ശരിക്കും മറിയാമ്മയുടെ ഹൃദയത്തിലേറ്റു.

"നീയേ എന്റമ്മച്ചിയാവണ്ട കേട്ടോ."

കട്ടിലിലെ പായയും കരിമ്പടവും ഒരുമിച്ച് ചുരുട്ടി മറിയാമ്മ മുറിയുടെ മൂലക്കു വക്കുന്നതിനിടയിൽ [illegible] [illegible]ത്താണിയിട്ടില്ലെന്ന് ആനിയമ്മയെ ഓർമ്മിപ്പിച്ചു.

തള്ളേടെ മൂശേട്ടത്തരം മരുമോള് കാണാണ്ടിരിക്കാൻ ആനിയമ്മ വെളുക്കെ ചിരിച്ചു.

സലോമിയപ്പോൾ ജോണിക്കുട്ടിയെ ആദ്യം [illegible] [illegible] യായിരുന്നു. അവൾ മനസ്സിൽ പറഞ്ഞു.

"ഇച്ചായന് എന്നാ മസിലാ."

ജോണിക്കുട്ടിയെ ഒളികണ്ണിട്ടു നോക്കി സലോമി മുഖത്ത് വരുത്തുന്ന ഭാവപ്രകടനങ്ങൾ കണ്ട് ആനിയമ്മ മറിയാമ്മയെ നോക്കി.

പല്ലു കൊഴിഞ്ഞ് ഒട്ടിപ്പോയ കവിളിൽ ഒരു നുണക്കുഴി വിരിയിച്ച് മറിയാമ്മ കുശുകുശുത്തു

"ചെട്ട്യാരോട് വാങ്ങിയ വിരി രണ്ടും വെള്ളയല്ലേ-"

നിറഞ്ഞു തുളുമ്പുന്ന സലോമിയുടെ പ്രഭാവലയത്തിൽനിന്നും കണ്ണെടുക്കാതെ ആനിയമ്മ മൂളി.

"ഉം"

ഈന്തോലപ്പന്തൽ അഴിക്കാൻ വന്ന മൊയ്തുവിനെയും പപ്പനെയും വിളിച്ച് ആനിയമ്മ കട്ടിൽ ജോണിക്കുട്ടിയുടെ മുറിയിലേക്കിടുവിച്ചു. കട്ടിൽക്കാലിന്റെ ഇളക്കം ചെറിയൊരു ഓട്ടുകഷ്ണം വച്ച് പപ്പൻ ഉറപ്പിച്ചു. കൈതോലപ്പായക്കുമേൽ കൈത്തുന്നുകൊണ്ടുണ്ടാക്കിയ കോസടി വിരിച്ചു. അതിനുമേൽ കുന്നത്തറ ടെക്സ്റ്റയിൽസ് പൂട്ടുന്നതിനു മുമ്പ് വാങ്ങിവച്ച അതിരാണിക്കളർ വിരിയിൽ വെളുത്തമുല്ലപ്പൂക്കൾ നിറഞ്ഞു വിരിഞ്ഞു കിടന്നു. പപ്പൻ വിരി നോക്കി ചിരിച്ചു.

"ഇതെന്തൊരു പൂന്തോട്ടമാ അമ്മച്ചി."

മഞ്ഞയിൽ കറുത്ത പൂക്കളുള്ള ടർളിൻ സാരിയിൽ ചെളിയാക്കാതെ സലോമി നിന്നു. അവളെ നോക്കി ആനിയമ്മ പറഞ്ഞു.

"കൊച്ചേ ആ കല്യാണസാരിയൊക്കെ മാറ്റിക്കോ. പൊറത്തേമറേൽ വെള്ളം നെറച്ചുവച്ചിട്ടുണ്ട്. മേല്കഴുകി ചട്ടേം മുണ്ടും ഇട്ടോ."

സലോമി പരുങ്ങി. പാവാടേം റൗക്കേം ഇന്നലെവരെ ഇട്ടു ശീലിച്ചുപോയി, ഇനിയിപ്പം കഴുത്തിലെ കുരിശുതാലിക്കൊപ്പം ചട്ടയും

മുണ്ടുംശീലിക്കണം. ഒപ്പം ജോണിക്കുട്ടിച്ചായനേം. ഓർത്തപ്പോൾ ഉള്ളിലൂറിവന്ന പുഞ്ചിരിക്ക് പല്ലുകളെ തടഞ്ഞു നിർത്താനായില്ല. മൊയ്തു അതുകണ്ട് അവളെത്തന്നെ നോക്കി നിന്നു.

ജോണിക്കുട്ടിയപ്പോൾ സലോമിയേക്കാൾ നാണിച്ച് വിറകുപുരയിൽ ഓലക്കണ്ണിയും കടിച്ച് നിൽക്കുകയായിരുന്നു. അവനെത്തിരഞ്ഞെത്തിയ പപ്പനും മൊയ്തിയും കാര്യങ്ങൾ വിശദമായി പഠിപ്പിച്ചു കൊടുക്കുന്നത് കണ്ട് ജനാലക്കലിരുന്ന് മറിയാമ്മ കുലുങ്ങിച്ചിരിച്ചു. രാത്രി ബാക്കിയുള്ള പോത്ത് ഉലർത്തിയത് കൽച്ചട്ടിയിലിട്ട് നന്നായി ചൂടാക്കി വക്കുമ്പോൾ സലോമിയോടായി ആനിയമ്മ പറഞ്ഞു.

“നാളെ കള്ളപ്പം ചുടാം.”

മട്ടയരി ചോറ് മോരുകാളനും പോത്ത് കറിയും കൂട്ടി ഉരുളകളാക്കുന്നും അത് വീണ്ടും പ്ലേറ്റിലിട്ട് ഉടച്ചു [illegible]യും ചെയ്ത് കൊണ്ടിരുന്ന സലോമി തലയാട്ടി.

തുടയോട് തുട ഒട്ടിയിരുന്നുകൊണ്ട് ചോറ് കഴിച്ചിരുന്ന ജോണിക്കുട്ടി പ്രേമാർദ്രമായി ചോദിച്ചു.

“സലോ... ചോറ് എന്താ കഴിക്കാത്തെ.”

അവൾ മെല്ലെ പറഞ്ഞു.

“വിശക്കുന്നില്ല”

“ന്നാ ഇതിലിട്ടോ. കളഞ്ഞാൽ അമ്മച്ചിക്ക് ദേഷ്യം വരും” ജോണിക്കുട്ടി രണ്ടു പിടി വാരി പ്ലേറ്റിലിട്ടപ്പോഴേക്കും സലോമിയുടെ പ്ലേറ്റ് കാലി.

പാനീസിന്റെ തിരി താഴ്ത്തി ആനിയമ്മ മുടി വാരിക്കെട്ടി. സലോമിവല്യമ്മച്ചിയെ തിരഞ്ഞു.

“അമ്മച്ചി നേരത്തെ ഉറങ്ങും”

ആനിയമ്മ അവളോട് ചിരിച്ചു.

ജോണിക്കുട്ടിയും സലോമിയും അകത്ത് കയറി വാതിലടച്ച ശബ്ദം കേട്ടപ്പോൾ മറിയാമ്മ ചോദിച്ചു.

“ചെട്ട്യോരുടെ വെള്ളവിരിയല്ലേ വിരിച്ചത്?”

ഇനിയൊരു ഒടക്കും കൂടി നേരിടാൻ ക്ഷീണം സമ്മതിക്കാത്തത് കൊണ്ട് കിടന്ന കിടപ്പിൽ ആനിയമ്മ മൂളി.

“ഉം.”

സലോമിയപ്പോൾ ചിമ്മിനിവെട്ടത്തിൽ വിരി നേരെയാക്കുകയായിരുന്നു. ജോണിക്കുട്ടി ചാടിക്കയറി കട്ടിലിൽ ഇരുന്നപ്പോൾ അവൾ ചൊടിച്ചു.

“കാല് കഴകണ്ടേ”.

“ഓ അതൊന്നും സാരല്ല. മേല്ക്കഴകീട്ടുണ്ട്.” ബീഡിക്കറ കാണാതിരിക്കാൻ ജോണിക്കുട്ടി കിണഞ്ഞു ശ്രമിച്ചുകൊണ്ട് ചിരിച്ചു. സലോമിയത് കണ്ടില്ല. അവൾ ഇച്ചായന്റെ ഏറ്റവും പഴയ ലുങ്കിയെടുത്ത് കാല്ക്കൽ വിരിച്ചു. നല്ല വിരിയിൽ ചെളിയാകണ്ട. ജോണിക്കുട്ടി ധൃതിയിൽ വിളക്കൂതി സലോമി തപ്പിത്തടഞ്ഞ് ഇച്ചായനെ തൊട്ടു.

പുലർച്ചെ രണ്ട് മണിക്ക് മറിയാമ്മ ആനിയമ്മയെ തട്ടിവിളിച്ചു.

“നേരം വെളുത്തോ.”

ഉറക്കപ്പിച്ചിൽ ആനിയമ്മ മുരണ്ടു.

“തള്ളേടെ ഒരു...”

മറിയാമ്മ കണ്ണ് തുറന്ന് കിടന്നു.

രാവിലെ ജോണിക്കുട്ടി റബ്ബറ് വെട്ടാൻ പോയപ്പോൾ സലോമി എഴുന്നേറ്റ് അടുക്കളയിൽ പോയി. ആനിയമ്മ കള്ളപ്പത്തിന് കൂട്ടി വെക്കുകയായിരുന്നു. സൂര്യന്റെ അരണ്ട വെളിച്ചത്തിൽ മറിയാമ്മ ജോണിക്കുട്ടിയുടെ മുറിയിൽ കയറി പരതി. തിമിരം മൂടിയ കണ്ണുകൾ വിരിയിലെ മുല്ലപ്പൂക്കളെ കാണാൻ സമ്മതിച്ചില്ല. മറിയാമ്മ കണ്ണ് വിടർത്തി നോക്കി. എല്ലാം പുക പിടിച്ചിരിക്കുന്നു. കട്ടിലിൽ ഇരുന്ന് കൈകൊണ്ട് തപ്പി നോക്കി. ഒട്ടിപ്പിടിക്കുന്ന പശ കൈവിരലുകളിൽ തടഞ്ഞില്ല.

തോൽവിയോടെ മറിയാമ്മ എഴുന്നേറ്റ് വാതിൽക്കലെത്തിയപ്പോൾ ആനിയമ്മ തള്ളയെ രൂക്ഷമായി നോക്കി. മറിയാമ്മയത് ഗൗനിക്കാതെ സലോമി നീട്ടിയ ചക്കരക്കാപ്പി വാങ്ങി.

തിരിഞ്ഞു നടക്കുമ്പോൾ ആനിയമ്മയുടെ കണ്ണുകൾ അറിയാതെ വിരിയിലുടനീളം സഞ്ചരിച്ചു. കണ്ണുകളെ പറ്റിച്ച് ‘അത്’ എവിടെയാ പോയി ഒളിച്ചു. പതിവിലും നേരത്തെ ആനിയമ്മ കുളിക്കടവിലേക്ക്പോകാൻ ധൃതികൂട്ടി. എല്ലാം പെറുക്കി ബക്കറ്റിലിട്ടു. സ്നേഹത്തോടെയും ബഹുമാനത്തോടെയും വേണ്ടെന്ന് പറഞ്ഞിട്ടും സലോമിയുടെ വിരി അവർ അലക്കാൻ കൊണ്ടുപോയി.

ദിവസങ്ങൾ... ആഴ്ചകൾ... മാസങ്ങൾ

ആനിയമ്മ എത്രനേരത്തെ വിരിയലക്കിയിട്ടും അതിരാണിക്കളർ മങ്ങിമങ്ങി നരച്ചു പോയിട്ടും മുല്ലപ്പൂക്കളിലൊന്നും തന്നെ ശോണിമ പടർന്നില്ല. മറിയാമ്മയും ആനിയമ്മയും മുഖത്തോട് മുഖം നോക്കി. പിന്നെ, ദേഷ്യത്തോടെ സലോമിയെ നോക്കി.

ജോണിക്കുട്ടിക്ക് വല്ല ശേഷിക്കുറവും? മറിയാമ്മ നാട്ടുരണയന്വേഷിച്ച് പപ്പനെ ചന്തയിൽ വിട്ടു. മൊയ്തു ഗൾഫിൽ പോകുന്നതിനുമുമ്പ് ജോണിക്കുട്ടിയെ ഏൽപിച്ച പൊതിയിൽ 'മുസ്ലി പവർ എക്സ്ട്രാ' എന്നു സലോമി കുട്ടിവായിച്ചു.

വിഷണ്ണരായ ആനിയമ്മയോടും മറിയാമ്മയോടുമായി ലില്ലിക്കുട്ടി പ്രതിവിധി പറഞ്ഞു.

ഛർദിക്കുമ്പോൾ അറിയാലോ..?''

ആനിയമ്മ കുളിക്കാൻ പോകുന്നത് പതിയെ പതിയെ വൈകി.

പിന്നെയത് രാത്രി മുറ്റത്തെ കിണറ്റിൻ കരേന്നായി. സലോമി പണികളൊക്കെ കഴിഞ്ഞ് ഒരു വിഴപ്പുമായി കുളികടവിലേക്ക് നടക്കാൻ ശീലിച്ചു. അതിരാണിക്കളർ വിരി അപ്പോഴേക്കും കീറിപ്പിഞ്ഞിത്തുടങ്ങിയിരുന്നു.

പെസഹാ അപ്പത്തിന് ആട്ടമ്മിയിൽ കുനിഞ്ഞിരുന്ന് അരക്കുമ്പോൾ സലോമിക്ക് മനം പുരട്ടി. തികട്ടിവന്ന പുളിവെള്ളം വലിയൊരേമ്പക്കത്തോടെ അവൾ പുറത്തുതള്ളി. പിന്നാലെ വന്ന ഓക്കാനം മഞ്ഞക്കളറുള്ള വെള്ളത്തെ ഛർദ്ദിച്ചു. വിയർത്തു ആവി പൊങ്ങിയ മുഖം തുടച്ചുകൊണ്ടവൾ അടുക്കള വാതിൽ പിടിച്ചു നിന്നു. കെട്ട് കഴിഞ്ഞ് മാസം അഞ്ചെട്ടായതുകൊണ്ട് ആനിയമ്മ തൃപ്തിയിൽ ചിരിച്ചു. മറിയാമ്മ അപ്പോഴും മൂക്കത്ത് വിരൽ വച്ചു. ചെട്ട്യോരുടെ വെള്ള വിരിയായിരുന്നെങ്കിൽ 'അത്' കണ്ടേനെ.

ഇനി നിങ്ങളെങ്ങാനും കണ്ടിരുന്നോ അത്?

●

തീണ്ടാരിക്കുളം

ഫെബ്രുവരി 21 ഞായറാഴ്ച കൃത്യം ഏഴ് മണിക്ക് തന്നെ പാലുകാച്ചി പുതിയ ഫ്ലാറ്റിലേക്ക് താമസം മാറുകയാണെന്നും ഞാനും മൂപ്പരും മോളും പിന്നെ കമ്പനീലെ അഞ്ചാറ് സുഹൃത്തുക്കളും മാത്രമേ ഉള്ളുവെന്നും അമ്മയെ വിളിച്ചറിയിച്ചപ്പോഴാണ് അമ്മ പ്രവചിച്ചത്.

'സിതാരേ അന്ന് കുംഭം ഒമ്പതാണ്.

കുംഭം ഒമ്പത്.

കോറോത്തെ തിറയാണ്. കോറോത്ത്കാര് മാത്രമല്ല നാറാത്ത് ദേശവും എടക്കാട് അംശവും അന്ന് ഒരു പരിപാടിയും നടത്തില്ല. കാലൻ ചാവ് വരെ മാറ്റിവെക്കുന്ന ദിവസമാണ് കുംഭം ഒമ്പത്.

കോറോത്ത് കുട്ട്യേണി ഭഗവതി കൊല്ലത്തിലൊരിക്കൽ നാട്ടാരെ കാണാൻ കണ്ണുതുറക്കുന്ന ദിവസം. നാറാത്ത് ദേശത്ത് ആണുങ്ങൾ തലതാഴ്ത്തിയിട്ട് മാത്രമേ അന്ന് നടക്കു. കോറോത്തെ തിറയാടുന്നത് പെണ്ണുങ്ങളാണ്. അതും തീണ്ടാരിക്കോണകമുടുത്ത്. അതിന് പിന്നിൽ വലിയൊരു കഥയുണ്ട്. വലത്തെ മുലയ്ക്ക് സാബൂൻ കായ വലിപ്പത്തിൽ ഒരു ഉണ്ണി തൂങ്ങിയാടുന്ന ചിരുതേയി വല്ല്യമ്മ പറഞ്ഞു തന്നെ കഥ. കുട്ട്യേണിയെന്ന് നാറാത്തെ പെണ്ണുങ്ങൾ അധികാരരത്തോടെ വിളിക്കുന്ന തീണ്ടാരിപ്പൊതിയുടെ കഥ.

പണ്ട് പണ്ടെന്ന് പറഞ്ഞാൽ പണ്ടിന്റെയും പണ്ട്, പണ്ടുണ്ടാവുന്നതിലും പണ്ട്. ചിരുതേയി വല്ല്യമ്മയുടെ അമ്മമ്മ മാക്കമ്മെയുടെ അമ്മമ്മയുടെ അമ്മമ്മയ്ക്ക് രണ്ട് പെൺകുട്ടികളുണ്ടായിരുന്നു.

കുട്ടിപ്പാറുവും കുട്ട്യേണിയും. നാഗക്കോട്ടയിൽ തലയിൽ കിരീടമുള്ള നാഗത്താനും കൊടിയ വിഷമുള്ള കിങ്കരൻമാരും കോട്ടയടക്കി വാഴുന്ന കാലമാണ്. കുട്ടിപ്പാറുവും കുട്ട്യേണിയും വയസ്സറിയിച്ചതു മുതൽ അവരുടെ അമ്മയ്ക്ക് ഇരിക്കപ്പൊറുതിയില്ലാണ്ടായി. കുട്ട്യേണി സന്ധ്യാ റാണി വിരിഞ്ഞതു പോലെ വെളുത്തിട്ടും വെയിൽ തൊട്ടാൽ ചുവന്ന് തുടുക്കുന്നവളുമാണ് കുട്ടിപ്പാറുവാകട്ടെ മഞ്ഞമന്ദാരം പോലെ പല്ല് വരെ മഞ്ഞക്കളറാണ്. മാസത്തിൽ തീണ്ടാരി വന്നാൽ പിന്നെ കോട്ടയിലെ നാഗകിങ്കരൻമാർക്ക് ഇരിക്കപ്പെറുതിയില്ലാതായി. തെക്കിനിയിലെ ഒടിഞ്ഞു ചാഞ്ഞ കഴക്കോലിലൂടെ പാത്തും പതുങ്ങിയും അവർ തീണ്ടി യിരിക്കുന്ന സുന്ദരിമാരെ കണ്ടു നാക്ക് നൊട്ടിനുണച്ചു. കിങ്കരൻമാർ വാ തുറക്കുന്ന മണമടിച്ച സുന്ദരികൾ ഭീതിയോടെ അമ്മയെ വിളിച്ച് കരഞ്ഞു. നാഗത്താൻ കോട്ടയിൽ വിളക്ക് വെക്കുമ്പോൾ അമ്മ നെഞ്ച ത്തടിച്ചുകരഞ്ഞു കൊണ്ട് നാഗത്താനോട് കിങ്കരൻമാരുടെ ഉപദ്രവം പറഞ്ഞു. ദേഷ്യം മൂത്ത നാഗത്താൻ മറ്റുള്ളവർക്കുള്ള ഒരു പാഠം പോലെ ഒരു കിങ്കരനെ വിളിച്ചു വരുത്തി ആ അമ്മയുടെ മുമ്പിൽ കിടന്ന് തല കല്ലിലിടിച്ച് ചാവാൻ കൽപിച്ചു. മാപ്പ് പറഞ്ഞ് തലകല്ലിലിട്ടടിച്ച് കരഞ്ഞ് പ്രാണൻ പിടച്ചുവിറച്ച് നിശ്ചലമായപ്പോൾ അമ്മയ്ക്ക് ഒരു വിറയൻ വന്നു. ഇടക്കിടെ അവർ നാക്ക് നീട്ടി ചുറ്റും നോക്കാൻ തുടങ്ങി. ദേഷ്യവും സങ്കടവും കലിയും വന്ന മറ്റു കിങ്കരൻമാർ നാഗത്താനെ പേടിച്ച് ഓടി യോളിച്ചു.

അന്ന് രാത്രിയാണ് കുട്ടിപ്പാറുവിനെ വാതിൽ ചവുട്ടി തുറന്ന് ആരോ എടുത്തുകൊണ്ട്പോയി ബലാത്സംഗം ചെയ്ത് കൊന്നത്. തീണ്ടാരിയായി നെടുനാളായിരുന്നു കുട്ടിപ്പാറുവിന്. കോറോത്തെ പെണ്ണുങ്ങൾ തീണ്ടാരി യായാൽ കുളിക്കുന്ന കുളത്തിൽ ചത്തുമലച്ച് നാക്ക് നീട്ടി കിടന്നിരുന്ന കുട്ടിപ്പാറുവിന്റെ ഇടുപ്പിലൂടെ അപ്പോഴും ചോരയൊലിച്ച് വെള്ളത്തിൽ കലരുന്നുണ്ടായിരുന്നത്രേ... പിന്നെ നാറാത്തെ ഓരോ വീടുകളിലെയും നടുമുറിയിൽ നിന്നും നെടുനാളിലിരിക്കുന്ന കന്യകമാർ തീണ്ടാരിക്കുള ത്തിലേക്കെടുത്തെറിയപ്പെട്ടു. കുട്ടിപ്പാറുവിനെ പോലെ നാക്ക് നീട്ടി ചോരയൊലിപ്പിച്ച് കടിച്ചുപറിച്ച് വികൃതമായ മുലകളുമായി ഒരുപാട് പെൺകുട്ടികൾ തണുത്ത് വിറങ്ങലിച്ചു കിടന്നു.

അങ്ങനെ കുട്ട്യേണിയുടെ നെടുനാൾ എത്തി. നാഗക്കോട്ടയിൽ നിന്നുള്ള രൂക്ഷഗന്ധം കോറോത്ത് ചുറ്റും പരന്നു. കിങ്കരൻമാർ ഒന്നല്ല... രണ്ടല്ല... ഒരായിരമെണ്ണം ഫണമുയർത്തി. കുട്ട്യേണിയിരുന്ന് വിറച്ചു. പേടിച്ചു വിറച്ച് കയ്യും കാലും പല്ലും കൂട്ടിയിടിക്കാൻ തുടങ്ങി. നട്ടരാത്രിക്ക് പെട്ടെന്ന് കുട്ട്യേണിയുടെ അമ്മ വാതിൽ തുറന്നു. തന്നെ പിടിക്കാൻ വന്നവരാണെന്ന് കരുതി ഞെട്ടിത്തരിച്ച് നിൽക്കുന്ന കുട്ട്യേണിയെ

നോക്കി അമ്മ ആക്രോശിച്ചു: ''ഓടിപ്പോ'' 'നാഗത്ത്ങ്ങളെ തൊടാതെ ഓടിപ്പോ'.

എങ്ങോട്ടെന്ന് കുട്ട്യേണി ചോദിച്ചില്ല. കയ്യിലൊന്നും എടുത്തില്ല. അഴിഞ്ഞു കിടക്കുന്ന മുടി വാരിച്ചുറ്റിയില്ല. അഴയിൽ കിടക്കുന്ന തീണ്ടാരിമാറൊന്നം എടുത്ത് അരക്ക് ചുറ്റും കെട്ടി മുറുക്കിയുറപ്പിച്ചു. ഇടനാഴി കടന്ന് നെടുനാളിന് ഉമ്മറപ്പടിയിറങ്ങി നട്ടരാത്രി നടപ്പുറനടന്നിറങ്ങിയപ്പോൾ നാഗക്കോട്ടയിൽ നിന്ന് കിങ്കരൻമാർ മണം പിടിച്ച് കണ്ണുകൾ വിടർത്തി നാക്ക് നീട്ടി.

പടിയിറങ്ങി കേട്ട്യണി ഓടി. അവളുടെ ഓട്ടത്തെ മറികടക്കാനാവാതെ കിങ്കരൻമാർ തളർന്ന് നാക്ക് നീട്ടി. കേട്ട്യണി ഓടിയോടി വയല് കടന്നു. കുന്ന് കടന്നു. കുളം കടന്നു. അപ്പോളതാ കുളത്തിനക്കരെ ഒരു വെളിച്ചം. കേട്ട്യണി ഭയന്ന് വിറച്ചു. നട്ടപ്പാതിരക്ക് ദിക്കും ദിശയുമറിയാതെ പാട്ടുപുരയിലെത്തിയിരിക്കുന്നു.! നെടുനാളും നട്ടപാതിരയും.

പാട്ടുപുരയിൽ നിന്നും ഭഗവതി ഇറങ്ങിവന്ന് കുട്ട്യേണിയെ അകത്തേക്ക് കൂട്ടിക്കൊണ്ടുപോയത്രേ... തന്നെ തൊടാനാഞ്ഞ ഭഗവതിയോട് വേണ്ടെന്നവൾ ആംഗ്യം കാണിച്ചു. ഭഗവതി ചിരിച്ചുകൊണ്ട് അവളെ പിടിച്ച് പീഠത്തിലിരിത്തിയിട്ട് മലർക്കെ തുറന്ന് കിടക്കുന്ന വാതിലുകടന്ന് കുളത്തിലിറങ്ങി ഏഴു തവണ മുങ്ങി നിവർന്നു. ഓരോ മുങ്ങലിലും ഭഗവതിയുടെ രൂപം മാറിമാറി വന്ന് ഏഴാമത്തെ മുങ്ങി നിവരലോടെ അത് ഒരു നാഗമായി മാറി. കുട്ട്യേണി നിലവിളിച്ചപ്പോൾ ആ നാഗം ഫണം വിരിച്ച് മൂന്നു തവണ ആടിയിട്ട് കുളക്കരയിൽ കിടന്നു. കുട്ട്യേണിയെ പിൻതുടർന്ന് വന്ന കിങ്കരൻമാർ ഫണം വിരിച്ച വലിയാളെ കണ്ടപ്പോൾ തിരിഞ്ഞോടി.

കുട്ട്യേണി ഇരുന്ന ഇരുപ്പിൽ നിന്നനങ്ങിയില്ല. പിന്നെ അരക്ക് ചുറ്റം കെട്ടിയ തീണ്ടാരി കോണകവുമായി കുട്ട്യേണി കണ്ണടച്ചിരുന്നു. പിന്നെ പിന്നെ അതൊരു പ്രതിമയായി. കുട്ട്യേണിയുടെ മൂത്തവർ കുട്ട്യേണിപ്പൊതിയെന്നു വിളിച്ചപ്പോൾ ചെറിയവർ തീണ്ടാരിപ്പോതിയെന്നു വിളിച്ചു.

നാഗക്കോട്ടയിലെ കിങ്കരൻമാരെ പേടിച്ച് നെടുനാളിന് മുങ്ങികുളിക്കാത്തവർ കുട്ട്യേണി നീന്തിക്കടന്ന കുളത്തിൽ ആഴത്തി മുങ്ങി. അവർക്ക് കാവലായി കരിനാഗം തെച്ചിക്കാടുകളിൽ വെയിൽ കാഞ്ഞു കിടന്നു. പിന്നെ പിന്നെ അത് തീണ്ടാരിക്കുളമായി. പെണ്ണുങ്ങൾ പേടിയില്ലാതെ നട്ടുച്ചക്കും നട്ടപ്പാതിരക്കും ഭാണ്ഡം പേറി പായും ഉടുത്തതും ആഴ്ത്തി മുങ്ങി തീണ്ടാരിക്കുളം ചോരച്ചു കിടന്നു. തീണ്ടാരിക്കുളത്തിലേക്ക് പോകുന്ന പെണ്ണുങ്ങൾക്ക് വയൽവരമ്പിൽ ആണുങ്ങൾ ചെളിയിലിറങ്ങി നിന്ന് വഴിമാറിക്കൊടുത്തു.

കിസ പറഞ്ഞും പച്ചമാങ്ങ ഉപ്പുകൂട്ടിത്തിന്നും അരിപ്പുളി എറിഞ്ഞു വീഴ്ത്തിയും പെണ്ണുങ്ങളും കന്യകമാരും തീണ്ടാരിക്കുളത്തിൽ ആറാടി.

കന്നിതിരണ്ടലുകാർ മഞ്ഞളും മാറലും തേച്ച് ഏഴുകുളി മുങ്ങിക്കുളിച്ച് കുട്ട്യേണിയെ വലം വെച്ച് തൊഴുത് രക്തക്കല്ല് അരച്ച് തൊട്ട് കന്യകാത്വത്തിലേക്ക് പ്രവേശിച്ചു.

കുളത്തിൻകരയിലപ്പോഴും കരിനാഗം തെച്ചിക്കായ തിന്ന് പെണ്ണുങ്ങൾക്ക് കാവലിരുന്നു.

ഒരിക്കൽ ചിരുതേയി വല്യമ്മയുടെ കൂട്ടുകാരി മാക്കമ്മെ കടവിലിറങ്ങിയപ്പോൾ കരിനാഗം വെള്ളത്തിലേക്കെടുത്തുചാടി ഈറ്റിയിട്ട് മാക്കമ്മയ്ക്ക് മുമ്പിൽ നിന്നു. മാക്കമ്മെ പേടിച്ച് വിറച്ച് അനങ്ങാപ്പാറയായി പോയി. ചിരുതേയി വല്യമ്മ എത്ര തെളിച്ചിട്ടും കരിനാഗം പോയില്ല. ഒടുക്കം മാക്കമ്മെയോട് വല്യമ്മ സ്വകാര്യം പറഞ്ഞു. 'അപ്പുണ്ണി നായരല്ലാണ്ട് വേറാരേലും കൂടെ കെടന്നിട്ടുണ്ടേൽ നാഗത്തമ്മ പൊറുക്കുലാട്ടോ.'

'വേഗം കേറിക്കോ' മാക്കമ്മെ കൂട്ടുകാരിയുടെ മുമ്പിൽ അവിഹിതം സമ്മതിക്കാൻ മടിച്ച് നിന്നതും കരിനാഗം കൊത്തിയതും ഒരുമിച്ചായിരുന്നു.

വായിൽ നിന്നും നുരയും പതയും വന്ന് മാക്കമ്മെ നിന്ന നിൽപിൽ തീണ്ടാരിക്കുളത്തിലേക്ക് മറിഞ്ഞ് വീണുചത്തു. ചിരുതേയി വല്യമ്മ ഈ കഥ പറയുമ്പോൾ രോമം പൊങ്ങി വന്ന് തണുത്ത് വിറങ്ങലിച്ച് നിൽക്കും. അമ്മമ്മ പിറുപിറുക്കും.

'ഈ തള്ളേന്റെ ഒരു തോന്ന്യാസകഥ'

വല്യമ്മയുടെ മുത്തശ്ശിയുടെ അമ്മയ്ക്ക് ഒരിക്കൽ കുട്ട്യേണിയുടെ ദർശനമുണ്ടായി. അന്നൊരു കുംഭം ഒമ്പതായിരുന്നു. നെടുനാളിന് തീണ്ടാരികോണകവുമുടുത്ത് ആ മുത്തശ്ശി ഉറഞ്ഞുതുള്ളി. മേലാസകലം രക്തതിലകവുമണിഞ്ഞ് കുട്ട്യേണിക്കാവ് മുഴുവൻ തലയഴിച്ചിട്ട് നടന്നു. അന്ന് നാറാത്ത് ദേശത്തെ ഒരു വിധം പെങ്കുട്ടികളെല്ലാം വയസ്സറിയിച്ചത്രേ. അതോടെ കുംഭം ഒമ്പത് തെരണ്ടുൽസവമായി നാറാത്തെ പെണ്ണുങ്ങൾ ആടിത്തിമിർത്തു. ഉറഞ്ഞു തുള്ളുന്ന അമ്മമാർ. കുളത്തിൽ തിരണ്ടിരിക്കുന്ന കുഞ്ഞു പെൺകുട്ടികൾ. മുലകുടി മാറിയ ആങ്കുട്ടികൾക്ക് പ്രവേശനമില്ലാത്ത കുട്ട്യേണിക്കാവ്. കുംഭം ഒമ്പത് കോറോത്തെ തിറയായി നാറാത്തെ പെണ്ണുങ്ങൾ പ്രഖ്യാപിച്ചു.

ഒരിക്കൽ അമ്മ വല്യമ്മായിയെയും കൊണ്ട് തീണ്ടാരിക്കുളത്തിൽ കുളിക്കാനിറങ്ങി. തെച്ചിക്കാട്ടിൽ നിന്നും ഒരുതൽ. വല്യമ്മായി വെള്ളത്തിലേക്ക് കാല് വെച്ചതും അലക്കു കല്ലിലേക്ക് കരിനാഗം ഒറ്റച്ചാട്ടം. വയറ്റിൽ നിന്നാളിവന്ന നിലവിളി തൊണ്ടക്കുഴലിലൂടെ പാഞ്ഞ്ചെന്ന് വായിലേക്ക് ചാടി. അമ്മക്കത് വരെയുണ്ടായിരുന്ന സംശയം സത്യമായി. ചെരുവിന്റകത്തെ കറകറാ ശബ്ദമുള്ള ഇരട്ടപ്പൊളി വാതിൽ അസമയത്ത് ശബ്ദമുണ്ടാക്കുന്നത് അമ്മ ചെവിയോർത്തതാണ്.

വടക്കിനീന്ന് പുറത്തെറങ്ങാൻ നിവൃത്തിയില്ലാത്തത് കൊണ്ട് അച്ഛനെ സംശയിക്കാനും വയ്യ.

'സത്യത്തിന് നെരക്കാത്തതെന്തേലും ചെയ്തിട്ടുണ്ടേൽ പിന്നെ തീണ്ടാരിക്കുളം തൊടാൻ കരിനാഗം സമ്മതിക്കൂലാ ഏടത്ത്യേ'-

പറയുമ്പോൾ നെഞ്ചിൽ നിന്നും വിങ്ങിവന്ന പക അമ്മയുടെ കണ്ണിൽ നിന്നും ആവിയായിപ്പോകുന്നുണ്ടായിരുന്നു. ഞാനപ്പോൾ രണ്ടാളും ആർത്തിമുങ്ങികുളിച്ച് മാറ്റാൻ വേണ്ട വസ്ത്രങ്ങളും കെട്ടിപ്പിടിച്ച് നിൽക്കുകയായിരുന്നു.

വെള്ളത്തിലിറങ്ങിയില്ലേൽ അമ്മയുടെ മുമ്പിൽ പ്രതിയാവും. ഇറങ്ങിയാൽ കരിനാഗം കൊത്തും. വല്യമ്മായി മകരക്കുളിരിലും നിന്നു വിയർത്തൊലിച്ചു. ഒടുക്കം ബോധം കെട്ടൊരൊറ്റ വീഴ്ച. കണ്ണ് മേലോട്ട് തള്ളി നാക്ക് കടിച്ചുപിടിച്ച് അങ്ങനെ കിടന്നു.

ദൂരദർശൻ മലയാളം ചാനൽ തുടങ്ങിയതോടെ തീണ്ടാരിക്കുളത്തിലെ തിരക്കു കുറഞ്ഞുകുറഞ്ഞു വന്നു. പെണ്ണുങ്ങൾ വെള്ളത്തിലിരുന്നു ചന്തിവട്ടത്തിൽ ചെഞ്ചായം കലക്കിക്കളിച്ചിരുന്ന് കിസ പറഞ്ഞ് പൊട്ടിച്ചിരിച്ച കാലം പോയി. മുലയിലെ കരിവാളിപ്പ് നോക്കി പ്രായം പറയലും വയറിലെ വരകൾ നോക്കി അടക്കം പറയലും കെട്ടിയോൻമാരുടെ അക്ഷമയെപ്പറ്റിയുള്ള മുനവെച്ച പറച്ചിലും ഒന്നുമില്ലാതായി. എല്ലാവരും ഒന്നു മുങ്ങിയെന്നു വരുത്തി ഓടി കുട്ട്യേണി പോതിയെ പോണ പോക്കിൽ തിരിഞ്ഞു നോക്കിയെന്നും തൊഴുതെന്നും വരുത്തി. നേരമില്ലാന്ന് പറഞ്ഞ് തീണ്ടാരിക്കുളത്തിൽ ആർത്തി മുങ്ങാൻ വരാത്തവരുടെ കാര്യത്തിൽ സത്യത്യാഗികളായ അമ്മമാർ വിധിയെഴുതി.

'ഓൾക്കൊക്കെ ഈ വെള്ളം തൊടാനുള്ള ധൈര്യണ്ടോ? രാത്രീം പകലൂന്ന് ഓർമ്മല്ലാണ്ട് അടുക്കളവാതിൽ കണ്ടോന് നെരങ്ങാൻ തൊറന്ന കൊടുക്കുന്ന ജാതിയല്ലേ ഇവറ്റകള്.'

അതിലുമൊരു നേരില്ലേ എന്നു തോന്നാതെ വശമില്ല. വളരെ പെട്ടെന്നാണ് നാറാത്തെ പെണ്ണുങ്ങൾക്ക് ആർത്തികുളിക്കാൻ നേരംല്ലാണ്ടായത്. പിന്നെ പലരും ആണുങ്ങളെ പഴിച്ചു.

'ഇപ്പോ പണ്ടത്തെപോലൊന്നുമല്ല. മൂപ്പര് പബ്ലിക്കായി കുളിക്കാൻ സമ്മതിക്കൂല. കുളിമുറിലൊരു ഷവറ് ഫിറ്റ് ചെയ്തു തന്നു, ഒഴുകുന്ന വെള്ളത്തിൽ കുളിക്കാൻ'

നാറാത്തേക്ക് കടന്നുവന്ന നവവധുക്കൾക്കൊന്നും പിന്നെ കുട്ട്യേണിയെ കുറിച്ച് കേൾക്കുക കൂടി വേണ്ട.

കുംഭം ഒമ്പത് എല്ലാക്കൊല്ലവും വന്നുംപോയുമിരുന്നു. ആയിടയ്ക്കാണ് പ്രാഥമികാരോഗ്യകേന്ദ്രത്തിലെ പുതിയ സിസ്റ്റർ വല്യമ്മായിക്കൊരു ഗുളിക കൊടുത്തത്. മാല എൻ. തീണ്ടാരി മാറ്റിവെച്ചാൽ പിന്നെ കുട്ട്യേണിക്കാവിൽ പോകാൻ വല്ല്യ നിർബന്ധമൊന്നും മുണ്ടാകില്ല ആർക്കും.

കട്ട്യേണിക്കാവിലെ തിറക്കൊരുങ്ങുന്ന അമ്മയെ നോക്കി അച്ഛനൊരു ഗൂഢസ്മിതമയച്ചോ? ചായക്കപ്പ് ചുണ്ടോടടുപ്പിച്ചതുകൊണ്ട് അമ്മക്കതു മനസ്സിലായില്ലേ? നാറൊത്ത ഒരുപാട് വല്യമ്മായിമാർ വളർന്നത് പെട്ടെന്നാണ്. തീണ്ടാരിക്കുളം ഒന്ന് മിണ്ടുന്നത് ഉപ്പൻ കൊത്തിയ കരിക്ക് വലിയ ശബ്ദത്തോടെ വെള്ളത്തിലേക്ക് വീഴുമ്പോൾ മാത്രമായി.

ചേമ്പും, കാച്ചിലും, കപ്പയും, ചക്കയും തിന്നുതിന്ന് പ്രായമെത്തു മ്പോൾ തെരണ്ടിരുന്ന പെൺകുട്ടികളുടെ വംശം വേരറ്റു പോയി. പകരം കവലയിലെ ചൈനീസ് റസ്റ്റോറന്റിലെ ബ്രോസ്റ്റഡ് ചിക്കനും കുബ്ബൂസും. ഈസ്ട്രജൻ കുത്തി നിറഞ്ഞ കോഴിമുട്ടകളും ആഴ്ചയിൽ ആറ് ദിവസവും. ഏഴാം ദിവസം ഞായറാഴ്ച മട്ടനോ ബീഫോ ഉലർത്തിയത് രാവിലത്തെ ദോശക്കു മുതൽ രാത്രിയിലെ ഫ്രൈഡ് റൈസിനു വരെ കൂട്ടിക്കുഴച്ച് തിന്ന് പെൺകുട്ടികൾക്ക് നേരവും കാലവും തെറ്റിച്ച് ഏഴുവയസ്സും എട്ടുതുട ങ്ങുന്നതിനു മുൻപും അടിവയറു കത്തുന്ന വേദനയുമായി ചോരപ്പാച്ചിൽ വന്നു തുടങ്ങി.

കട്ട്യേണിക്കാവിലെ കുംഭം ഒമ്പത് വരെ നാറാത്തെ പെൺകുട്ടികൾ കാത്തുനിന്നതേയില്ല. വയസ്സറിയിച്ച കുതികുത്തിപ്പാച്ചിൽ നരമൂത്ത പെണ്ണുങ്ങൾക്ക് പിടിച്ചുനിർത്താനാവാതെയായപ്പോൾ അച്ഛനും അമ്മയും ടാക്സി വിളിച്ചോടി. ഡി.എൻ.സി. എന്നൊക്കെ അക്കാല ത്താണ് നാറാത്തെ പെണ്ണുങ്ങൾ കേട്ടതും പരസ്പരം പറഞ്ഞതും മുക്കത്ത് വിരൽവച്ച് ദീർഘനിശ്വാസമയച്ചതും.

പെണ്ണുങ്ങളുടെ ചോരകുടിച്ച് തടിച്ച് കൊഴുത്ത വരാലുകളെയും കടുങ്ങാലിപ്പരലുകളെയും നഞ്ച് കലക്കിപ്പിടിച്ച് തീണ്ടാരിക്കുളത്തിന്റെ വക്കത്ത് വെച്ച് നന്നായി വറച്ചട്ടിയിലിട്ട് മൊരിച്ചെടുത്ത് വിദേശ ബ്രാണ്ടിയും കൂട്ടി മൂക്കുമുട്ടെ തിന്ന് ഏമ്പക്കവും വിട്ട് മുണ്ടും മടക്കി കുത്തി നടന്നുപോയ അഞ്ചാറ് ന്യൂജനറേഷൻ ആൺകുട്ടികളെ കണ്ടു കരിനാഗം പേടിച്ച് തെച്ചിപ്പൊത്തിലൊളിച്ചെന്നാണ് പയ്യൻമാർ പരിഹസിച്ച് പറഞ്ഞത്.

അന്ന് രാത്രിയൊരുത്തന്റെ കാലിൽ ചുറ്റിയ വെള്ളിക്കെട്ടന്റെ തലയും വാലും വെട്ടി മാറ്റി തൊലി പൊളിച്ച് ചോരയോടെ ചട്ടിയിലിട്ട് കുരുമുളകും ഉപ്പും മാത്രമിട്ട് തിന്ന കഥ കേട്ട അമ്മ പത്ത് മണിക്ക് കുടിച്ച കുഞ്ഞിയും ഛർദ്ദിച്ചു.

ആളനക്കമില്ലാതെ തീണ്ടാരിക്കുളത്തിന് ചുറ്റും ഒരു മഞ്ഞപ്പാട വന്നു നിറഞ്ഞു. ഉപ്പൻകൊത്തിയ തൊണ്ടു തൊണ്ടുകളും തലങ്ങും വിലങ്ങും കിടന്ന് ചീഞ്ഞ ഓലമടലുകളും നിറഞ്ഞ് കൊതുകുവളർത്തൽ കേന്ദ്രമായി മാറി. സഹികെട്ട് കരിനാഗം എങ്ങോട്ടോ പോയോ, അതോ ആരോ തല്ലിക്കൊന്നോ?

എന്നാലും കന്നിത്തെരണ്ടലുകാരോട് അമ്മൂമ്മമാർ കുളിമുറിയിലെ നാല്പാമരം ഇട്ട് തിളപ്പിച്ചാറിയ വെള്ളത്തിലേക്ക് നോക്കിപ്പറഞ്ഞു. 'തീണ്ടാരിക്കുളമാണെന്ന് കരുതി ഏഴ മുങ്ങൽ.'

തീണ്ടാരിക്കുളത്തിന് ചുറ്റും പാൻമസാല കുട്ടിമുറുക്കിയ ചോരത്തുപ്പൻ കറപിടിച്ച് കിടന്നതോടെ പിന്നെ പെണ്ണുങ്ങളാരും കുളിക്കാൻ പോയില്ല. സ്വർണ്ണ വർണ്ണത്തിലുള്ള ഹാൻസ് കവറുകൾ വെള്ളത്തിൽ പൊങ്ങികിടന്നപ്പോൾ ചുറ്റും പടർന്ന കമ്യൂണിസ്റ്റപ്പകൾ സാമൂഹ്യവിരുദ്ധ അധിവാസ കേന്ദ്രമായി പച്ചപിടിച്ചതും കാലക്രമേണയാണ്.

പുറ്റേടത്തെ ചന്ദ്രനാണ് കുംഭം പത്തിന് മാമൂല് തെറ്റിച്ച് ആദ്യമായി പുതിയ പുരയിൽ പാല് കാച്ചിയത്. അന്നുച്ചയ്ക്ക് രണ്ട്തരം പായസം വരെ വിളമ്പിയുള്ള സദ്യ നാറാത്ത്കാരെയൊക്കെ തീറ്റിച്ച് അവസാന പന്തിയിൽ ചന്ദ്രനിരുന്ന് പേപ്പർ ഗ്ലാസിലെ അടപ്പായസം മൊത്തിക്കുടിക്കുമ്പോഴാണ് മധുരം തെരിപ്പിൽ പോയത്. ഒരെക്കിളിനും കൂടി ഇടവെക്കാതെ മറിഞ്ഞ് വീണതും കിടന്ന കിടപ്പിൽ കണ്ണടച്ചു. അന്ന് കുട്ട്യേണിക്കാവിന്റെ വാതിൽ മലർക്കെ തുറന്നു കിടക്കുകയായിരുന്നു വെന്ന് ആളുകൾ അടക്കം പറഞ്ഞു. തന്നെ കാണാൻ വരുന്ന തീണ്ടാരി പ്പെണ്ണുങ്ങളെയും കാത്ത് കുട്ട്യേണി വിങ്ങിയിട്ടുണ്ടാവും. അക്കൊല്ലമാണ് വല്യമ്മയുടെ മേലാസകലം ചൊറിപിടിച്ച് തൊലിയടർന്ന് വികൃതമായത്. സൊറിയാസിസിന് ചികിത്സിച്ച് മടുത്ത വല്യമ്മോൻ പിന്നെ അകത്തിരുന്നോളാൻ കൽപിച്ചു. വല്യമ്മായി ഇരുന്നിടത്ത് മുഴവൻ ചൊറിഞ്ഞ് വീണ ചുണങ്ങുകളെ സ്വന്തമാക്കാൻ ഏറുമ്പുകൾ ധൃതിയിലോടുന്നതു കാണാം. വരി തെറ്റിക്കാതെ, അച്ചടക്കത്തിൽ.

കാവ് സംരക്ഷണസമിതിയും ക്ഷേത്രപരിപാലന സമിതിയും കമ്മിറ്റി വിളിച്ച് അച്ഛനെ രക്ഷാധികാരി ആക്കിയത് ഒരു നിർദ്ദേശം വെച്ചുകൊണ്ടായിരുന്നു. കുട്ട്യേണിക്കാവ് കേരള ക്ഷേത്രപരിപാലന കമ്മിറ്റിക്ക് വിട്ട് കൊടുക്കണം. കുട്ട്യേണിക്കാവ് നിലകൊള്ളുന്നത് അമ്പത്തിനാല് സെന്റ് സ്ഥലത്താണ്.

പുതിയ ആളുകൾ, പുതിയ ആചാരങ്ങൾ. മുലകുടി മാറിയ ആണുങ്ങൾ മുണ്ട് മടക്കികുത്തി കുട്ട്യേണിക്കാവ് കയറി. കമ്മ്യൂണിസ്റ്റ പ്പയും കാട്ടുതുളസിയും വൻമരങ്ങളായ കാവ്പുര രണ്ട് ദിവസത്തെ ശ്രമദാനം കൊണ്ട് വെളിച്ചം കണ്ടു.

താംബൂല പ്രശ്നം പോരാഞ്ഞ് സ്വർണപ്രശ്നം. പൂജകൾ. മധ്യമ വിധി പ്രകാരം ഗുളികന് കോഴി ഗുരുതി.

കുട്ട്യേണിയുടെ പീഠത്തിനു മുമ്പിൽ റാക്കും ഗുരുതിയും.

പുറത്ത് വലിയൊരു ബോർഡ്

'പ്രവേശനം ഹിന്ദുക്കൾക്ക് മാത്രം.'

'തീണ്ടാൽ, വാലായ്മ, പുല എന്നിവയുള്ളവർക്ക് ക്ഷേത്രത്തിൽ പ്രവേശനമില്ല.

തീണ്ടാരിക്കുളത്തെപ്പറ്റി അച്ഛനൊരക്ഷരം മിണ്ടാതിരുന്നത് ചുറ്റുമുള്ള അഞ്ചേക്കർ തെങ്ങിൻ തോപ്പ് കൂടി ക്ഷേത്രപരിപാലനക്കാർ കൊണ്ടു പോകുമെന്ന് പേടിച്ചിട്ടാണ്. ചൊറി പിടിച്ച മരിച്ച വല്യമ്മായിയെ വെച്ചതും തോപ്പിനറ്റത്താണ്. വല്യമ്മോൻ പിന്നെ ഒറ്റത്തടിയായി ജീവിച്ച മരിച്ചപ്പോഴും അച്ഛന്റെ ഉള്ളിലുള്ള സന്തോഷത്തിന് ഏട്ടന്റെയും തന്റെയും മുഖമായിരുന്നു.

അമ്മയുടെ മുമ്പിൽ വസ്തുഭാഗ വാക്കുതർക്കങ്ങൾ നിരത്തിയപ്പോൾ ഏട്ടൻ സ്നേഹം പുരട്ടിയതിങ്ങനെയാണ്.

"ന്റെ സിത്താരെ, ഒരു റോഡുണ്ടെന്നേയുള്ളൂ. പറമ്പ് മുഴുവൻ വെള്ളാരം കല്ലാണ്. അത് ഞാൻ സഹിച്ചോളാം. നാലും നല്ല നീർ വാർച്ചയുള്ള, പച്ചപ്പുള്ള അഞ്ചേക്കറാ നിനക്ക് തരാന്ന് പറഞ്ഞത്. അത് വേണ്ടാന്ന് വെക്കാണോ മണ്ടത്തീ"

ഏട്ടന്റെ ത്യാഗം കണ്ട് താൻ സമ്മതിച്ചതും വെള്ളാരം കല്ലുകൾക്ക് എം സാന്റ് ക്രഷർ ആയി പരിണാമം സംഭവിച്ചതും എം.ബി.എ ക്കാരന്റെ ബുദ്ധിയിലാണ്. ആധാരമെഴുതിയപ്പോൾ തെങ്ങെണ്ണി എഴുതി. മുകളിലേക്ക് നോക്കി എണ്ണാത്തത് കൊണ്ട് തലപോയ പകുതി തെങ്ങുകളെ ആരും കണ്ടില്ല. ആയിടയ്ക്കാണ് തീണ്ടാരിക്കുളം പിന്നേം നാട്ട്കാര് കുത്തിപ്പൊക്കിയത്. കുടിവെള്ള ക്ഷാമ പരിഹാരം, ജലസ്രോതസ്സുകളെ നിലനിർത്താൻ. പ്രശ്നങ്ങളെല്ലാം തന്റെ തലക്കിട്ട് കുട്ട്യേണി പോതിയിരിക്കുന്നു.

കുംഭം ഒമ്പത്.

ഫ്ലാറ്റ് പ്രവേശം.

തെരിപ്പിൽ പോയ അടപ്പായസം.

പുറ്റേടത്തെ ചന്ദ്രൻ.

മധുവിനൊരു മെസേജ് അയക്കട്ടെ.

ഫ്ലാറ്റിൽ പിന്നെ കൂടാം. നാട്ടിലേക്ക് ടിക്കറ്റെടുക്കാം. കുട്ട്യേണിയെ ഒന്നു കാണണം. വരുമ്പോൾ ഒരു പായ്ക്കറ്റ് സ്റ്റേഫ്രീ വാങ്ങാൻ മറക്കരുത്...

അവിടെയൊക്കെ ഇപ്പോൾ സെന്റിന് എന്തു വിലകിട്ടും?

തിരിച്ചുവരുമ്പോൾ തീണ്ടാരിക്കുളവും അഞ്ചേക്കറും ലിക്വിഡ്കാഷായി അക്കൗണ്ടിലിരിക്കട്ടെ.

●

ഗുരുവായൂരപ്പൻ ഈസ് മിസ്സിംഗ്

കിഴക്കേ നടയുടെ ഇടതുഭാഗത്തും നിന്നും താലത്തിലെ മഞ്ചാടിക്കുരുക്കൾ രക്തത്തുള്ളികൾ പോലെ ഒന്നൊന്നായി താഴോക്കിടുമ്പോഴാണ് ഉണ്ണിക്കുട്ടൻ അത് കണ്ടത്. അന്തം വിട്ടു പോയ ഉണ്ണിക്കുട്ടന്റെ കയ്യിൽ നിന്നും മഞ്ചാടികൾ ചുവന്ന വെള്ളച്ചാട്ടം പോലെ താലത്തിലേക്ക് ചാടി വീണു ശബ്ദമുണ്ടാക്കി.

മൂക്കും പൊത്തി ഗുരുവായൂരപ്പൻ പ്രാണനും കൊണ്ടോടുന്നു!

ഓടക്കുഴൽ എടുക്കാൻ മറന്നു പോയി. മയിൽപ്പീലി സോപാനത്തിൽ തട്ടി താഴെ വീണൊടിഞ്ഞു പോയിരിക്കുന്നു. വാതിൽപ്പിടിയിൽ കൊളുത്തിയ മഞ്ഞപ്പട്ട് വലിച്ചുപറിക്കുന്നതിനിടെ കൗസ്തുഭമൊന്നിളകി. മൂക്കും പൊത്തിപ്പിടിച്ചുള്ള ഓട്ടത്തിൽ അണലിയുടെ ചുരുളൻ പോലുള്ള നീണ്ടവരികളെ ഒരു വിധം തോൽപിച്ചാണ് പുറത്തെത്തിയത്. പണ്ടത്തെ സ്റ്റാമിന ഇല്ലാതായിരിക്കുന്നു. ഉണ്ണിക്കുട്ടൻ മുൻപിൽ നിന്നു തടസ്സം സൃഷ്ടിച്ചു. 'വായടക്കെടാ' ഇല്ലേൽ ഈച്ച കയറും'' മൂക്ക് പൊത്തിപ്പിടിച്ചു പറഞ്ഞതുകൊണ്ട് ഏതോ സിന്ധി ഭാഷയാണെന്നാണ് ഉണ്ണിക്കുട്ടൻ വിചാരിച്ചത്.

'എങ്ങോട്ടാ?' അന്ധാളിപ്പ് മാറാതെ ഉണ്ണിക്കുട്ടൻ. മേലാസകലം അറപ്പാടെ നോക്കി ഉടുമ്പിച്ച് ഗുരുവായൂരപ്പൻ ചോദിച്ചു.

'ന്നെ മണക്കുണുണ്ടോ?'

ഉണ്ണിക്കുട്ടൻ ഒന്നടുത്തു നിന്നു. ചന്ദനവും കർപ്പൂരവും വെണ്ണയും എല്ലാം മണക്കുന്നുണ്ട്.

'നല്ല മണം' ഉണ്ണിക്കുട്ടൻ മൂക്ക് വിടർത്തി.

'ഒന്നാഞ്ഞു വലിക്കെടാ' പറഞ്ഞപ്പോൾ ഗുരുവായൂരപ്പൻ ഓക്കാനിച്ച ഉണ്ണിക്കുട്ടൻ അടുത്ത് നിന്ന് ആഞ്ഞ് വലിച്ചു.

'ഹൊ!'

ഉണ്ണിക്കുട്ടന് തല പെരുക്കി. മൂക്ക് പൊത്തി മാറി നിന്നു. ഗുരുവായൂരപ്പന് സങ്കടമായി. ഉണ്ണിക്കുട്ടൻ ആ മണം ഓർത്തെടുക്കുകയായിരുന്നു.

മുത്തശ്ശി കിടന്നിരുന്ന അകത്ത് പായയിൽ അങ്ങിങ്ങായി പറ്റിപ്പിടിച്ച മണം. ആരുമറിയാതിരിക്കാൻ അമ്മ പുറത്ത് നിന്ന് പൂട്ടിയ വാതിൽപ്പഴുതിലൂടെ അരിച്ചിറങ്ങിയ മണം. കൂട്ടിലെ ടോമി വരെ അസ്വസ്ഥത കാണിച്ച മണം. അരെങ്കിലും വരുന്നെന്ന് മുൻകൂട്ടിയറിഞ്ഞാൽ റൂം സ്പ്രേയടിച്ച് അമ്മ നടക്കാൻ ശ്രമിച്ച മണം. ഒടുക്കം രണ്ടും കെട്ട മണം.

ആ മണമലല്ലേ ഇത്?

'എനിക്കൊന്നു കുളിക്കണമെടാ'. പാവം ഗുരുവായൂരപ്പൻ. കണ്ണിൽ നിന്നും ഇപ്പോൾ ഇറ്റുവീഴും.

'ദിവസവും കുളിക്കുന്നില്ലേ?' ഉണ്ണിക്കുട്ടന് സംശയമായി.

'ഇതെന്തുട്ട് വെള്ളം കൊണ്ടാടാ നിങ്ങളെന്നെ കുളിപ്പിക്കുന്നത്? തീട്ടം മണത്തിട്ടു വയ്യ'.

'തീട്ടം മണക്വേ? ഗുരുവായൂരപ്പനെ അഭിഷേകം ചെയ്ത വെള്ളമാണല്ലോ അമ്മയും വല്യമ്മയും ഓവിലൂടെ ഭക്തിപൂർവ്വം ശേഖരിച്ച് കുടിച്ച് തലയിൽ തേക്കുന്നത്?

'ഭോഷായി. വേഗം കൊണ്ടുപോയി ഡോക്ടറെ കാണിച്ചോ അസ്സല് കോളിഫോമാ... കോളിഫോം'

'അതാര്'

'പറഞ്ഞുനിൽക്കാൻ സമയമില്ല. നീയൊരു കുളം കാണിച്ചു താ... ഞാനൊന്നു കുളിക്കട്ടെ. വേഗം അകത്തു കയറണം. ആ ശാന്തിക്കാരന് എന്തേലും സംശയം തോന്നിയാൽ പിന്നെ പ്രശ്നം വപ്പായി, പൂജയായി പരിഹാരിമായി. ഒടുക്കത്തെ ബഹളമയമായിരിക്കും. പൊല്ലാപ്പിനാവ്വല ഉണ്ണിക്കുട്ടാ... വേഗം വാ...'

ഗുരുവായൂരപ്പൻ കാറ്റ് പോലെ ഉണ്ണിക്കുട്ടനെയും വലിച്ചോണ്ടുപോയി. പുറത്തെ നടയിലെത്തിയതും ഗുരുവായുരപ്പനൊന്നു മൂരി നിവർന്നു. പിടുത്തം വിട്ടുപോയ മഞ്ഞപ്പട്ട് രണ്ട് കയ്യും കൂട്ടിപിടിച്ചപ്പോൾ ഉണ്ണിക്കുട്ടൻ പൊട്ടിച്ചിരിച്ചു.

'ഇതു പോലൊരെണ്ണം വാങ്ങിയാലോ?' ഉണ്ണിക്കുട്ടൻ തന്റെ ട്രൗസർ നോക്കി ചോദിച്ചു.'

'ഒരെണ്ണം വാങ്ങിക്കോ... കുളിച്ചിട്ടുടുക്കാലോ'...

ഗുരുവായൂരപ്പൻ ആള് തരക്കേടില്ലല്ലോ.

'എന്നാൻ ഒരു നൂറ്റമ്പതെട്". ഉണ്ണിക്കുട്ടൻ കൈ നീട്ടി.

'എന്റെലെവിടാ പണം? തല്ക്കാലം നീ അഡ്ജസ്റ്റ് ചെയ്യടാ'. ഗുരുവായൂരപ്പൻ കൈമലർത്തി.

അതു ശരി! കൊല്ലാകൊല്ലം കോടാനുകോടി ഭക്തർ തരുന്ന കാണിക്കയൊക്കെ എവിടെ? മന്ത്രിമാരും കേന്ദ്രമന്ത്രിമാരും നടൻമാരും ബിസിനസ്സുകാരുമെല്ലാം കാണിക്കവെക്കുന്ന പൊന്നും പണവും മറ്റു വിലപിടിപ്പുള്ള സാധനങ്ങളും ഒക്കെ ഇല്ലേ...

ഒരിന്ത്യതന്നെ വാങ്ങാനുള്ള ആസ്തിയില്ലേ ഇഷ്ടാകയ്യിൽ. ഉണ്ണിക്കുട്ടൻ മനസ്സിൽ പറഞ്ഞതേയുള്ളൂ ഒരു നൂറ്റമ്പതിന് ഗുരുവായൂരപ്പനോട് ബാർഗൈൻ ചെയ്യാൻ പാടില്ല.

പോക്കറ്റിലെ പൈസയെടുത്ത് ഉണ്ണിക്കുട്ടൻ മുൻപിൽ നടന്നു. പിറകെ ഗുരുവായൂരപ്പനും. കയ്യിലെ രണ്ടായിരത്തിന്റെ ഒറ്റ നോട്ട് ഗുരുവായൂരപ്പൻ കണ്ടോട്ടെ എന്ന ഭാവത്തിലാണ് പിടിച്ചത്.

'പണ്ട് കാലണയ്ക്ക് കുറൂരമ്മ എന്തോരം വെണ്ണ തരുമായിരുന്നെന്നോ...' ഗുരുവായൂരപ്പന്റെ ഓർമ്മകൾ ഓടക്കുഴലൂതി.

'ഇനി അണയും ആയിരവുമൊക്കെ കാണണമെങ്കിൽ മ്യൂസിയത്തിൽ പോണം. ഗുരുവായൂരപ്പാ' കുളൂസ് പറഞ്ഞ് നടക്കുന്നതിനിടയിൽ ഉണ്ണിക്കുട്ടന്റെ കാലിലാരോ പിടിച്ചു. പണ്ട് മുത്തശ്ശി ഒരിക്കലിങ്ങനെ പിടിച്ചിട്ടുണ്ടായിരുന്നു. കട്ടിലിൽ നിന്നും വീണ് നിലത്തെ മൂത്രത്തിൽ കിടന്നപ്പോൾ. അന്ന് അമ്മ ഒരുപാട് വഴക്ക് പറഞ്ഞു. അൺനസസ്സറിയായിട്ട് മുത്തശ്ശിയുടെ റൂമിൽ പോയതിന്. അന്ന് അമ്മ പറഞ്ഞത് ഉണ്ണിക്കുട്ടൻ ഇപ്പോഴും അനുസരിച്ചു. 'ഡോൺണ്ട് മൈൻഡ് ഗോ സ്റ്റെയിറ്റ്' ഉണ്ണിക്കുട്ടൻ മുന്നോട്ട് നടന്നപ്പോൾ ഗുരുവായൂരപ്പന്റെ കാലിൽ ആ കൈകൾ പിടുത്തമിട്ടു.

ഒരു കുറൂരമ്മ?

ഗുരുവായൂരപ്പൻ ഉണ്ണിക്കുട്ടനെ പിടിച്ചുനിർത്തി. ഉണ്ണിക്കുട്ടൻ നോക്കുമ്പോൾ ഗുരുവായൂരപ്പൻ അന്ധാളിപ്പോടെ താഴോട്ടു നോക്കുന്നു.

'ഇതൊക്കെ ആരാ ഉണ്ണിക്കുട്ടാ?'

ആഹാ! അപ്പം ഇതൊന്നുമറിയില്ലേ? അവിടെ സോപാനത്തില് കാണിക്ക വെക്കുന്നതും നടക്കിരുത്തുന്നതുമായ സാധനസാമഗ്രികളെ കൂടാതെ നടതള്ളുന്ന സ്ഥാപവജംഗമ വസ്തുക്കളാണിതപ്പാ... ഇതിലെന്തിത്ര അതിശയിക്കാനിരിക്കുന്നു. പാളക്കരക്കസവും മയിൽപ്പീലിക്കരയും ഉടുത്ത് ജിമിക്കിക്കമ്മലും മുല്ലപ്പൂവുമണിഞ്ഞ് കണ്ണടച്ച് പ്രാർത്ഥിക്കുമ്പോൾ ചുണ്ടിലെ ലിപ്സ്റ്റിക്ക് ഒന്നുകൂടി എല്ലായിടത്തേക്കും

പരത്തി ശരിയാക്കുന്ന സെലിബ്രേറ്റഡ് ഭക്തികളേയെ കണ്ടിട്ടുള്ളൂല്ലേ. ഗുരുവായൂരപ്പന്റെ അടുത്ത് പോകുമ്പോൾ സുന്ദരിയായി അണിഞ്ഞൊരുങ്ങണം എന്ന അമ്മ പറയുന്നത് കേട്ടിട്ടുണ്ട്.

കൊച്ചുകള്ളാ ഇവരൊക്കെ ഒരു കാലത്ത് ഗോപികമാരായിരുന്നൂട്ടോ.

ഗുരുവായൂരപ്പൻ കാലിലെ പിടുത്തം എന്തു ചെയ്യണമെന്നറിയാതെ വിഷമിക്കുന്നത് കണ്ടപ്പോൾ ഉണ്ണിക്കുട്ടന് ചിരി വന്നു. അവൻ പറഞ്ഞു.

'കം സ്റ്റേയിറ്റ്'

കടയിൽ കയറി മുപ്പർക്ക് മാച്ചായ ഒരു ബർമൂഡ തിരയുന്നതിനിടയിലാണ് ഉണ്ണിക്കുട്ടൻ ശ്രദ്ധിച്ചത്. മൂക്കുപൊത്താതെ ഗുരുവായൂരപ്പൻ മുഡൗട്ടായി ഇരിക്കുന്നു.

'ഇതെന്തു പറ്റി? വേഗം സെലക്റ്റ് ചെയ്ത് കുളിച്ചിട്ട് പോകാം' ഉണ്ണിക്കുട്ടൻ ധൃതി കൂട്ടി. ഗുരുവായൂരപ്പനപ്പോൾ ഒരു പാട്ടു കേൾക്കുകയായിരുന്നു.

"പാർദേശീ പർദേശി ജാനാ നഹീ മുഝേ ഛോഡ് ദേ... മുഝേ ഛോഡ് ദേ... പർദേശീ മേരാ യാ നാ..."

വയറ്റത്തടിച്ച് രണ്ടണ കലുക്കി പാടുന്ന പെൺകുട്ടിക്ക് രാധയുടെ നിറം. അവളുടെ കണ്ണുകൾ. പാറിപ്പറന്ന മുടിയും, മുഷിഞ്ഞ പാവാടയും ചേറ് പുരണ്ട മുഖവും രാധയുടേതല്ല.

ഉണ്ണിക്കുട്ടൻ പതുക്കെ മൂളി 'അലൈ പായുതേ കണ്ണാ എൻ മനമിത് അലൈപായുതേ നിന്നാനന്ദ മോഹന വേണുഗാനമതിലലൈ പായുതേ... കണ്ണാ എൻ മനമിത് അലൈപായുതേ...'

ഗുരുവായൂരപ്പന്റെ മുമ്പിൽ മോശമാക്കണ്ട എന്ന് കരുതി പത്തുരൂപാ ചുവന്ന നോട്ട് അവളുടെ കയ്യിൽ വച്ച് ഉണ്ണിക്കുട്ടൻ പോകാൻ ആംഗ്യം കാണിച്ചു. പെൺകുട്ടി തിരിഞ്ഞു നോക്കിക്കൊണ്ട് നടന്നപ്പോൾ ഗുരുവായൂരപ്പൻ അവൾക്ക് പിറകെ പോകാനൊരുങ്ങി. ഉണ്ണിക്കുട്ടൻ പിടുത്തം മുറുക്കി.

'നൊസ്റ്റാൾജിയ ഒക്കെ പിന്നെ സൗകര്യം പോലെ ആവാം. വേഗം വാ... കുളിച്ച് പെട്ടെന്ന് ഉള്ളിൽ കയറിക്കോ. ഇല്ലേൽ പരപ്പനങ്ങാടി ജ്യോത്സർക്ക് പണിയാകും. ശ്രീകോവിലിന് ചുറ്റും മന്ത്രച്ചരട് കെട്ടിയാലേ വല്ലപ്പോഴുമുള്ള ഈ എസ്കേപ്പും ഇല്ലാതാവും.'

താഴോട്ടും മേലോട്ടും പിറകോട്ടും ഇടത്തോട്ടും വലത്തോട്ടും നോക്കി അമ്പരന്നും സങ്കടപ്പെട്ടും നടക്കുന്നതിനിടയിൽ നിന്നു പോകുന്ന ഗുരുവായൂരപ്പനോട് ഉണ്ണിക്കുട്ടൻ ഒരു പ്രോമിസ് വാങ്ങിച്ചു. 'ഇനി നേരെ മുന്നോട്ട് മാത്രമേ നോക്കൂ. ഫിക്സഡ് ഹെഡ്!' ക്ഷേത്രക്കുളത്തിലെത്തി കുളിക്കാനൊരുങ്ങുന്ന മൂപ്പർക്ക് മുമ്പിൽ രണ്ട് ഓപ്ഷൻ കൊടുത്തു ഉണ്ണിക്കുട്ടൻ.

'വലത് കയ്യിൽ ലൈഫ്ബോയ് ഇടത് കയ്യിൽ ഡെറ്റോൾ സോപ്പ്. രണ്ടും 100% അണുവിമുക്ത സ്നാനത്തിന് നല്ലതാണെന്ന് കമ്പനിക്കാർ അവകാശപ്പെടുന്നു. ഫലം നേരിട്ടനുഭവിച്ചറിയൂ.' ഗുരുവായൂരപ്പൻ ഉണ്ണിക്കുട്ടനോട് ചോദിച്ചു.

'നിലംപരണ്ടയുണ്ടോ?'

ഉണ്ണിക്ക് ചിരി പൊട്ടി. 'ഏതാണ്ട് രണ്ട് കിലോമീറ്റർ ചുറ്റളവ് വരെ ഒരിഞ്ച് സ്ഥലമില്ലാതെ ടാറ് ചെയ്തിരിക്കുകയാണ്. അതിനിടയിൽ നിലംപരണ്ടയെവിടെപ്പോയി തപ്പാനാണ്?'

ഗുരുവായൂരപ്പൻ കുളമാകെയൊന്ന് വീക്ഷിച്ചു. 'എടാ ഇതിന്റെ ഒഴുക്കെവിടെ?'

നല്ല തമാശ!

ഇനി ഒഴുക്കും തപ്പി നടക്കണം. തിരുമുമ്പിൽ കഷ്ടി നൂറുവാരയകലെയുള്ള ഓട ഒഴുക്കിടഞ്ഞ് കൊതുക് പുഴുത്ത് കിടക്കുന്നു കൊല്ലങ്ങളായി. പിന്നെ ധാരാവി-ധാരാവി എന്ന് കേട്ടിട്ടുള്ള ചേരിപ്രദേശം പോലെ ആകാശത്തേക്കുയർന്ന ഹോട്ടലുകളും ലോഡ്ജുകളും ഒഴുക്കിവിടുന്നതെല്ലാം കൂടി എങ്ങോട്ടാണാവോ എന്തോ?

ഈ ഗുരുവായൂരപ്പനെന്താ ഇങ്ങനെ? ഒരു റിസ്കും എടുക്കാതെ. വർഷാവർഷം കോടാനുകോടി ഭക്തർ എത്ര കഷ്ടപ്പെട്ടിട്ടാണ് ഇവിടെ എത്തുന്നത്. വളഞ്ഞു പുളഞ്ഞു പോവുന്ന പാമ്പിനെ പോലെയുള്ള നീണ്ട ക്യൂ. വയറ്റിലാവുന്നതിനും മുൻപും നേർച്ച നേരുന്ന ചോറൂണ്. വെള്ളവും വറ്റും തിന്നാതെയും കുടിക്കാതെയും പട്ടിണി സഹിച്ചുകൊണ്ടുള്ള കല്യാണം. ഉള്ള കാശും മുക്കാലും കൊടുത്ത് നടത്തുന്ന അരങ്ങേറ്റം. ഇവിടെ മനുഷ്യര് പെടാപ്പാട് പെടുമ്പോഴാണ് മൂപ്പര് ഒഴുക്കും തപ്പി ഇറങ്ങിയത്. ഇനി വല്ല അടിയൊഴുക്കും ഉണ്ടെങ്കിൽ ആയി. അങ്ങനാണേൽ ഹോട്ടലിലെ ഫ്ലഷ് വാട്ടറും ഒരു പ്രകൃതിരമണീയമായ വെള്ളച്ചാട്ടം തന്നെയാണല്ലോ.

കാലിൽ വെള്ളം തൊടാൻ കൂട്ടാക്കാതെ തിരിച്ചു കയറിയ മൂപ്പരെ കണ്ട് ഉണ്ണിക്കുട്ടൻ കുഴങ്ങി. പൊല്ലാപ്പായെന്നാണ് തോന്നുന്നത്. ഫെയ്സ്ബുക്കിൽ ഇപ്പോൾ തന്റെ ചിരിക്കുന്ന ഫോട്ടോക്ക് മുമ്പിൽ അടിക്കുറിപ്പ് വന്നിട്ടുണ്ടാകും. "കിടക്കേ നടയിൽ വെച്ച് കാണാതായിരിക്കുന്ന ഈ ബാലന്റെ ഫോട്ടോ പരമാവധി ഷെയർ ചെയ്ത് സഹായിക്കു. ഒരു മണിക്കൂർ മുമ്പ് കാണാതായ ഈ കുട്ടിയെ ഭിക്ഷാടനത്തിനായി തട്ടിക്കൊണ്ടുപോയതായി സൂചന. ഈ വാർത്ത പരമാവധി ഷെയർ ചെയ്ത് കുട്ടിയെ മാതാപിതാക്കൾക്കരികിലെത്താൻ സഹായിക്കൂ... പ്ലീസ്"

പണ്ട് ദ്വാരകയിൽ നിന്നും ഗോവർദ്ധനത്തിന്റെ മുകളിലേക്കും അവിടുന്ന് കാളിന്ദിയിലേക്കും ചാടിക്കളിച്ച കാലമല്ലിത്.

"നമുക്ക് അയ്യപ്പന്റെ അടുത്ത് പോയാലോ. പമ്പയിലാകുമ്പോൾ നല്ല ഒഴുക്കിൽ നീന്തിക്കുളിക്കാലോ" ഗുരുവായൂരപ്പൻ പ്രത്യാശ പ്രകടിപ്പിക്കുന്നു.

മൂപ്പരീലോകത്തൊന്നുമല്ലേ ജീവിക്കുന്നതെന്ന് തോന്നിപ്പോയി ഉണ്ണിക്കുട്ടന്. മലയിൽനിന്നിറങ്ങാതെ അയ്യപ്പൻ ഒറ്റ ഇരുത്തം ഇരുന്നു കളഞ്ഞതെന്താണെന്നാണ് ഇങ്ങേരുടെ വിചാരം?

താഴോട്ടിറങ്ങിയാൽ കെണിഞ്ഞതു തന്നെ. കന്നി സ്വാമിമാർ ഉപേക്ഷിച്ചു പോകുന്ന ബ്രാൻഡഡ് ജട്ടി വരെ പമ്പയിൽ ഊളിയിട്ട് കിടക്കുന്നുണ്ട്. അതൊക്കെല്ലാം ഊറ്റിയെടുക്കാനായി ടെൻഡർ വിളിച്ച കാര്യമൊന്നും അറിഞ്ഞില്ലാന്നു തോന്നുന്നു. ന്യൂസ് റീഡിംഗ് എന്നൊരു കൾച്ചർ ഉണ്ടാവണം അതിന് ആദ്യം. പണ്ട് മഴയെന്ന ഒരു പ്രതിഭാസമുണ്ടായിരുന്നു. നാട്ടിൽ. ഇപ്പോൾ കുറച്ചുകാലങ്ങളായി ആ പ്രതിഭാസം നാമമാത്രമായി കണ്ടുവരുന്ന ഒന്നായതുകൊണ്ട് പമ്പയും പെരിയാറും ഭാരതപ്പുഴയുമൊന്നും ഒഴുകുന്നില്ല. ചടങ്ങ് മുടക്കാൻ പാടില്ല എന്ന നിർബന്ധം നമുക്കുള്ളത് കൊണ്ട് തടയണകൾ കെട്ടി പമ്പയെ ഒരു കുളമാക്കി നിർത്തിയിരിക്കുന്നു. വെറുതെ അവിടെവരെ പോകുന്ന സമയം നഷ്ടപ്പെടുത്താതെ തത്ക്കാലം ഇവിടുന്നെങ്ങാനും കുളിക്കാം. അയ്യപ്പനല്ലേൽ കാടാമ്പുഴയോ, കൊടുങ്ങല്ലൂരോ എന്നൊക്കെ ഓപ്ഷൻ വച്ചാലോന്ന് കരുതിയാണ് ഉണ്ണിക്കുട്ടൻ പൊതുവായി കാര്യം പറഞ്ഞത്. ഗുരുവായൂരപ്പൻ ചിന്താമഗ്നനനായി ഇരുന്നു. അരികെ ഒളികണ്ണോടെ ഉണ്ണിക്കുട്ടനും. കാഞ്ഞബുദ്ധിയാണ് മൂപ്പർക്ക്. എന്തേലും പുതിയ ഓപ്ഷൻ ആലോചിക്കുകയാവും തന്നെ കാണാഞ്ഞ് അമ്മ നെഞ്ചത്തടിച്ചു കരയുമ്പോൾ കുട്ടിമുട്ടുന്ന വളകളുടെ ശബ്ദമാണോ കേൾക്കുന്നത്? ഉണ്ണിക്കുട്ടൻ ചെവിയോർത്തു. 'അല്ല, ശീവേലി തുടങ്ങിയതാണ്.'

'മ്മളിപ്പം എന്താ ചെയ്യുന്നതെന്ന് പറഞ്ഞില്ല.'

ഉണ്ണിക്കുട്ടൻ ശ്രദ്ധ ക്ഷണിച്ചു. 'വെശന്നിട്ടു വയ്യ എന്തേലും തിന്നാലോ' ഗുരുവായൂരപ്പൻ വയറുഴിഞ്ഞു. പാലും പഴവും പാൽപ്പായസവും വെണ്ണയും കഴിച്ച് മര്യാദക്ക് അവിടെ ശ്രീകോവിലിൽ ഇരുന്നാൽ മതിയായിരുന്നു. എന്നൊരു ധ്വനി ഇല്ലേ, ആ വിശപ്പിന് എന്ന് തോന്നിപ്പോയി ഉണ്ണിക്കുട്ടന്. പറഞ്ഞിട്ട് കാര്യമില്ല. ദൈവമാണോ മനുഷ്യനാണോ എന്നൊന്നും വിശപ്പിനറിയൂലാല്ലോ?

കെ.എഫ്.സി യുടെ മുമ്പിലൂടെ നടന്നപ്പോൾ ഉണ്ണിക്കുട്ടൻ കണ്ണടച്ച് ശ്വാസം ഉള്ളിലേക്കാവാഹിച്ചു. ആഹ്! പൊരിച്ച കോഴിയുടെ മണം!

ഗുരുവായൂരപ്പൻ വീണ്ടും മൂക്കുപൊത്തി സിദ്ധിയിൽ സംസാരിക്കാൻ തുടങ്ങി.

സിക്സ്റ്റിഫൈവ്, ആൽഫാം, ബ്രോസ്റ്റ്, കടായി, ചില്ലി, പെപ്പർ, കാന്താരി, ബോർഡ് വായിച്ച് ഉണ്ണിക്കുട്ടൻ നിന്നു. ഗുരുവായൂരപ്പൻ 'മ'കാരത്തിൽ ചോദിച്ചു. 'നിനക്കെത്രകാലമായെടാ ശ്വാസം മുട്ട് തുടങ്ങിയിട്ട്? ഓരോ ആശുപത്രിവാസത്തിലും നിന്റമ്മ നേരുന്ന കയറ് കണ്ട് എനിക്ക് തൂങ്ങി മരിക്കാൻ തോന്നിയതാണ്.' 'ഹിന്ദുക്കൾ അറിഞ്ഞിരിക്കേണ്ടവ' എന്ന പുസ്തകത്തിൽ നിന്നാണ് [illegible] ആ കണ്ടുപിടുത്തം നടത്തിയത്. ശ്വാസംമുട്ട് മാറാൻ ഒരു കയർ എടുത്തുവെപ്പിച്ച് കൊടുത്താൽ മതിയെന്ന്. വയറുഴിഞ്ഞു കൊണ്ട് ഗുരുവായൂരപ്പൻ ഉണ്ണിക്കുട്ടനോട് ചോദിച്ചു.

'ഇനിയെത്ര ബാക്കീണ്ട് കയ്യിൽ' നൂറ്റമ്പത് രൂപയുടെ ബർമൂഡ വാങ്ങിയിട്ട് കുളിക്കാനും ഇടാനും കൂട്ടാക്കിയിട്ടില്ല. ഇനിയിപ്പം എന്താണാവോ വാങ്ങാൻ. 'ആയിരത്തി എണ്ണൂറ്റി അമ്പത്. കണക്കിൽ മിടുക്കനാണ് ഉണ്ണിക്കുട്ടൻ. നടന്ന് നടന്നവർ ബിസ് ലേരി വാട്ടർ വിൽക്കുന്ന കടക്കരുകിലെത്തിയിരിക്കുന്നു.

'ഒരു ഇരുപത് കുപ്പി വെള്ളം' ഗുരുവായൂരപ്പൻ ഓർഡർ ചെയ്തു. ഉണ്ണിക്കുട്ടനെ നോക്കി കടക്കാരൻ വായ പൊളിച്ചു.

സർട്ടിഫൈഡ് വെള്ളക്കുപ്പികൾ തുറന്ന് ഒന്നൊന്നായി ഗുരുവായൂരപ്പൻ തലയിലൂടെ ഒഴിച്ചു. ഉണ്ണിക്കുട്ടൻ ആരേലും വരുന്നുണ്ടോ എന്ന് ചുറ്റും നോക്കി. ഇടയ്ക്കിടെ ഡെറ്റോൾ സോപ്പ് തൊട്ട് കാലും കക്ഷവും മുഖവും കഴുകി. തിരിഞ്ഞ് നിന്ന് ഉണ്ണിക്കുട്ടൻ പിറകോട്ട് നീട്ടിയ ബർമൂഡയിട്ട് സുന്ദരനായി നിന്ന ഗുരുവായൂരപ്പനെ നോക്കി ഉണ്ണിക്കുട്ടൻ കമന്റടിച്ചു.
"യോ യോ ബോയ്"

പരപ്പനങ്ങാടി ജ്യോത്സരെ ഓർമ്മ വന്നപ്പോൾ ഗുരുവായൂരപ്പൻ ശ്രീകോവിലേക്ക് ജീവനും കൊണ്ടോടി. പോകുന്ന പോക്കിൽ കക്ഷത്തിലൊരു കുപ്പിവെള്ളവും സംഘടിപ്പിച്ചതു കണ്ടപ്പോൾ ഉണ്ണിക്കുട്ടനൊന്നു ശങ്കിച്ചു. ഉണ്ണിക്കുട്ടനെ നോക്കി ഗുരുവായൂരപ്പൻ മുറുമുറുത്തു.

"ഇടയ്ക്കൊന്നു മൊഖം കഴുകാനാടാ പൊട്ടാ. ആ കാശ് കൊടുക്കാൻ മറക്കണ്ട"

●

പെൺഡ്രൈവ്

പുറത്ത് വേനൽമഴ തകർത്തു പെയ്യുമ്പോഴും അകത്ത് മാധവിവിയർത്തു കുളിച്ചു നിന്നു. പതിവില്ലാതെ അവൾ കിടുകിടാ വിറച്ചു. മുമ്പിൽ തൊഴുകൈയോടെ നിൽക്കുന്ന മാന്യനെ അവൾ ദയനീയതയോടെ നോക്കി. ജനൽപ്പഴുതിലൂടെ പുറത്തേക്ക് നോക്കിയപ്പോൾ മഴയെ കൂസാതെ അവർ വീടു വളഞ്ഞിരിക്കുകയാണ്. ആണും പെണ്ണും കുരുന്നു കളുമടക്കം ഒടിച്ചുകുത്തി മുഴവനുമുണ്ട്. ഉയർന്നു വരുന്ന ആക്രോശങ്ങളിൽ അവൾക്കുള്ള വിശേഷണങ്ങൾ വേർതിരിച്ചെടുത്തു. പിഴച്ചവളെ... ഒരുമ്പെട്ടവളെ... വേശ്യേ... നാശമേ... ഇറക്കി വിടടീ അകത്തുള്ളവനെ.

അവൾ നെഞ്ചിൽ കൈവച്ചു. നഗ്നമായ മാറിടം അപ്പോഴാണ് മാധവിയുടെ ശ്രദ്ധയിൽപ്പെട്ടത്. കുനിഞ്ഞു ബ്ലൗസെടുത്തു തിരക്കിട്ട് ഇടുന്നതിനിടയിൽ അകം പുറം തിരിഞ്ഞുപോയി. മാധവിയതു കണ്ടില്ല. തക്കാളിപ്പെട്ടികൊണ്ടുള്ള വാതിൽ ആരോ അമർത്തിച്ചവിട്ടുന്നുണ്ട്. അവൾ കാതോർത്തു. തോമാച്ചന്റെ ആക്രോശം കേൾക്കാം. ഇബ്രാഹിം കുട്ടി ഉറക്കെ ഇളിക്കുന്നത് കേൾക്കുന്നുണ്ട്. ഭാസ്കരൻ ''ഇറങ്ങി വാടിന്ന്'' അലറുന്നുണ്ട് അവൾ തളർന്നു. നിസ്സഹായത വായിച്ചറിഞ്ഞ മാന്യൻ തലകുനിച്ചു. തലയിൽ നിന്നും വിയർപ്പുതുള്ളികൾ നെറ്റിയിലേക്കരിച്ചിറങ്ങി. മാധവിയുടെ അടുത്തു വരാൻ

തോന്നിയ നിമിഷത്തെ ശപിച്ചു. അയാൾ പല്ലിറുമ്മി. ''നാശം''

മാധവി മുൻപിലിരിക്കുന്ന മാന്യനെ നോക്കി. അയാളെ സംരക്ഷിക്കേണ്ടത് അവളുടെ ഉത്തരവാദിത്തമാണ്. അയാളുടെ പദവി, പ്രതാപം, ജനസ്വീകാര്യത, കുടുംബം... മക്കൾ... ഭാര്യ.. ഒന്നിനും ഒരു കോട്ടവും തട്ടാൻ പാടില്ല. മാധവി മുഖം തുടച്ചു. മുണ്ട് ഒന്നുകൂടി മുറുക്കിയുടുത്തു.

അഴിയിൽ നിന്നും തോർത്തെടുത്ത് മാറിലിട്ടു. മാറൊന്നിളകി.

മാധവി വാതിലിനടുത്തേക്ക് നീങ്ങിയപ്പോൾ അകത്തിരുന്ന മാന്യൻ നടുങ്ങി. അയാൾ അവളുടെ കാല് പിടിച്ചു. അവൾ മിണ്ടരുതെന്നാംഗ്യം കാണിച്ചു. അകത്തു കട്ടിലിൽത്തന്നെ ഇരിക്കാൻ പറഞ്ഞു. എന്തുവന്നാലും അനങ്ങരുത്.

നിവൃത്തിയില്ലാതെ അയാൾ അനുസരിച്ചു. മുണ്ടിന്റെ മൂട്ടിലെ നനവ് ഭോഗം കൊണ്ടല്ല മറിച്ച് മൂത്രം കൊണ്ടാണെന്ന് അയാൾ മണത്തറിഞ്ഞു. കുനിഞ്ഞ ശിരസ്സിലൂടെ പല ചിത്രങ്ങളും മിന്നിമാഞ്ഞു. അമേരിക്കയിലെ മകൾ, അവളുടെ ഭർത്താവ്, വീട്ടിലെ [illegible], ഒക്കെപ്പോരാഞ്ഞ് ശോശാമ്മ. അയാൾ ഉള്ളുരുകി

പ്രാർത്ഥിച്ചു.

“കർത്താവേ പാപിയായ എന്നോട് പൊറുക്കേണമേ”

തോമസിന്റെ ചവിട്ടുകൊണ്ട് വീഴാനാഞ്ഞ തക്കാളിപ്പെട്ടി വാതിൽ അവൾ തുറന്നു. തേനീച്ചയിരമ്പിയതുപോലെ ആബാലവൃദ്ധമൊന്നിളകി.

അവൾ ചുറ്റും നോക്കി. ശാരദ... മോളിക്കുട്ടി... ബീപാത്തു... ശ്രീദേവി അമ്മ... ബാലേട്ടൻ... കോയപ്പാജി... എല്ലാവരുമുണ്ട്. ഭാസ്കരൻ അകത്തേക്ക് കടക്കാനാഞ്ഞു. മാധവി ചീറി.

“ഈ ഒടിച്ചുകുത്തീല് ന്റെ പായ കീറാത്ത ആരുണ്ടെടാ ഇവിടെ? വാടാ മുന്നോട്ടു വാടാ... എല്ലാരെം പേര് ഇപ്പം ഞാൻ പറയും.”

ആണുങ്ങൾ ഞെട്ടി. ഭാസ്കരൻ മുന്നോട്ടാഞ്ഞ കാല് പിറകോട്ടെടുത്തു. പിന്നെ എങ്ങോട്ടോ ഉൾവലിഞ്ഞു. തോമസ് തിരിഞ്ഞു നോക്കി.

ക്രുദ്ധയായ മറിയാമ്മ തീപ്പാറുന്ന കണ്ണുകളോടെ നോക്കുന്നു.

“ഈ ജാതീനോടൊന്നും മല്ലിടാൻ പോകണ്ട.”

ഇബ്രാഹിംകുട്ടി മൈമൂനയെ അനുനയിപ്പിച്ച് വീട്ടിലേക്ക് കൊണ്ടു പോകാൻ നോക്കി. മൈമൂന തട്ടം കൊണ്ട് മൂക്ക് ചീറ്റി.

ദുർവ്വാസാവ് ശപിച്ച പ്രകൃതിയെപ്പോലെ മാധവിയുടെ മുമ്പിലെ ജനക്കൂട്ടം പ്രതിമകളെപ്പോലെ നിന്നു.

ശ്രീദേവി അമ്മ ചുറ്റും നോക്കി. ഭാഗ്യം കണാരേട്ടൻ പണിക്കു പോയതു നന്നായി. മാധവി വീണ്ടും വീണ്ടും വെല്ലുവിളിച്ചു.

വിവരമറിഞ്ഞ് ഓമനടീച്ചർ എത്തുമ്പോഴേക്കും ആട്ടുകിടന്നയിടത്ത് പൂടപോലുമില്ല എന്നു പറഞ്ഞപോലെയായി. മാധവിയുടെ മുറ്റത്ത് നിന്ന് അഞ്ചാറ് പിള്ളേർ മച്ചിങ്ങാകൊണ്ട് ക്രിക്കറ്റ് കളിക്കുന്നു.

മെമ്പറെന്ന നിലയിൽ കാര്യം തിരക്കി.

മുറ്റത്തെ മാവിന്റെ ചുവട്ടിൽ നിർത്തിയിട്ടിരിക്കുന്ന സ്കൂട്ടർ കാണിച്ചുകൊണ്ട് മാധവി പറഞ്ഞു.

“ന്റെ ടീച്ചറേ ഞാനാ വണ്ടി ഒന്നോടിക്കാൻ നോക്കിയതാ. പണ്ടത്തെപ്പോലെ ബാലൻസില്ല.”

●

ഒറ്റമുലച്ചി

കണ്ണാടിക്കുമുമ്പിൽ നിൽക്കുമ്പോൾ ഹവ്വയെ ഓർമ്മവന്നു. വില ക്കപ്പെട്ട കനി തിന്നു തിരിച്ചറിവുവന്ന ഹവ്വ ഇരുകൈകൾകൊണ്ടും മാറ് പൊത്തിയതുപോലെ അവൾ നെഞ്ചിലേക്ക് കൈകൾവച്ചു. ആയിരം കാലി വളഞ്ഞു കിടക്കുന്നതുപോലെ വലത്തെ നെഞ്ചിലെ കുനുകുനായുള്ള കറുത്ത സ്റ്റിച്ചുകൾ ഒന്നു പിടച്ചു. അവൾ കൈവലിച്ചു. മാസ്റ്റക്ടമിയുടെ തിരുശേഷിപ്പുകൾ ഉണങ്ങുന്നതേ ഉള്ളൂ. ഷട്ടർവീണതു പോലെ അടഞ്ഞു പോകുന്ന കൺപോളകൾ വലിച്ചുതുറന്ന് കണ്ണാടി യിൽ തുറിച്ചു നോക്കി. അർദ്ധനാരീശ്വരനെ ഓർമ്മപ്പെടുത്തുമാറ് ഇടതു മുല ക്ലമ്പി നിൽക്കുന്നു. രണ്ടാമൂഴത്തിനായി.

റേഡിയേഷനിൽ കരിഞ്ഞു പോയ വലതുനെഞ്ച് കണ്ണാടിയെ നോക്കി നെഞ്ച് വിരിച്ചു നിൽക്കുന്നു. ആദമും ഹവ്വയും ഒരു ശരീരമായി രിക്കുന്നു! ബലിഷ്ഠകായനായ ആദം വലതു നിന്നുകൊണ്ട് സുന്ദരകാമി നിയായ ഹവ്വയെ ഇടത്തേക്ക് ക്ലട്ടിച്ചേർത്ത് നിർത്തിയ മനോഹരമായ കാഴ്ച! സമീര എന്ന ആദംഹവ്വ!. അവൾ ചിരിച്ചു. കണ്ണുതുളുമ്പി ചിരിച്ചു. ഉറ്റവീണ നീർമണികൾ ഇടതുമുലക്കണ്ണിൽ ഊറിനിന്നു. വീണ്ടും നില ത്തേക്കുറ്റിയ വലത്തെ കവിളിൽനിന്നും ജലധാര, പപ്പടവട്ടത്തിൽ കറുത്ത് ചോരച്ചിരിക്കുന്ന നെഞ്ചത്തുവീണുപടർന്നു. റേഡിയേഷനിൽ ച്ചട്ടുപഴുത്ത കോശങ്ങൾ ദാഹത്തോടെ അവയെ നക്കി. കണ്ണുകളിൽ എരിവ് പടർന്നു.

സമീര ശ്രദ്ധയോടെ ഗൗണിന്റെ കൈകൾ വലിച്ചു കടത്തി. മെല്ലെ താഴ്ത്തി. സ്റ്റിച്ചിൽ തൊട്ടുപോയാൽ മുള്ളുനട്ടതുപോലെയാണ്.പാതി ശൂന്യമായ നെഞ്ചിനെ ഉൾക്കൊള്ളാൻ ഇടക്കിടെ കുളിമുറിയിലെ കണ്ണാടിയിൽ നോക്കുന്നത് തുടങ്ങിയിട്ട് രണ്ടു ദിവസമായി.

പുറത്ത് അക്ഷമയുടെ മുരടനക്കം. ഇടക്കിടെയുള്ള ചുട്ടുപഴക്കൽ നെഞ്ചിനകത്തു നിന്നാണെന്ന് അമ്മയ്ക്കറിയാഞ്ഞിട്ടല്ല. അറിയിക്കാഞ്ഞിട്ടാണ്. ഒന്നും കൂടി കണ്ണാടി നോക്കി. ഓരോ നോട്ടത്തിലും അവളെ തോൽപിച്ചുകൊണ്ട് കണ്ണാടി ഇളിച്ചു കാണിച്ചത് വലതു നെഞ്ചിനെയാണ്. ഇടതു കണ്ണിനു മുകളിലുണ്ടായ കുരു കാഴ്ചക്കുമേൽ ആധിപത്യം സ്ഥാപിച്ചിരുന്നിട്ടും കണ്ണാടി അതു കണ്ടില്ല. പകരംവീണ്ടും അവളെ ചൂണ്ടിക്കാണിച്ചുകൊടുത്തത് ഗൗണിനടിയിലൂടെവ്യക്തമായി കാണാവുന്ന ആയിരം കാലി നിരകളെയാണ്. നീലഞരമ്പുകൾ [illegible]പോലെ പുളഞ്ഞു വളഞ്ഞു കിടക്കുന്നകൈകൾ കൊണ്ട് സമീര ബാത്‌റൂമിന്റെ വാതിൽ പതുക്കെ തുറന്നു. ക്ഷമയുടെ നിശബ്ദ വസന്തമായി അമ്മ അവളുടെ കൈപിടിച്ചു.

സമീര പതുക്കെ വിരലുകൾ വിടുവിച്ചു. കാലുകൾക്ക് പതർച്ചയില്ല. കണ്ണുകൾ തൂങ്ങിയാടാൻ തുടങ്ങിയെങ്കിലും തലക്ക് കുനിയാൻ ഭാവമില്ല. വലതു തോളിലേക്ക് അമ്മ ചാർത്തിത്തന്ന അണുവിമുക്തമായ തോർത്തുമുണ്ടെടുത്ത് മുഖം തുടച്ച് രോഗിയുടെ മര്യാദയനുസരിച്ച് കട്ടിലിൽനീണ്ടുനിവർന്നു കിടന്നു.

കണ്ണുകളിൽ വയ്യായ്മ വരുത്താൻ പ്രയാസമുണ്ടായില്ല. പക്ഷേ ഒറ്റ മുലച്ചിയായതിന്റെ നൈരാശ്യം മുഖത്ത് വിളിച്ചുവരുത്താൻ കഷ്ടപ്പെട്ടു. ഉണ്ണിയുടെ ഭാര്യക്ക് തൃപ്തിയാവണം. ശോഭ നെടുവീർപ്പിടണം. അവളുടെ ഇടറിയ കണ്ഠം തനിക്കായി മന്ത്രിക്കണം.

"ആയുർസൂക്ത പുഷ്പാഞ്ജലി, സമീര, ഉത്രട്ടാതി നക്ഷത്രം." സമീര ചിരിച്ചു. ഓമനയോടെ ഇടതുമുലയെ തലോടി.

പതുക്കെ ഓർമിപ്പിച്ചു.

"അടുത്തത് നീയാ."

ഉണ്ണി അവളെ നോക്കിയില്ല. പണ്ടും അവൻ അങ്ങനെയാണ്. ഇളയതിനെ നോക്കാനറിയാത്തവൻ. മലർന്ന് കിടക്കുമ്പോൾ പരന്ന് പോയ ഇടത് മാറിൽ ഉണ്ണിയുടെ കൃഷ്ണമണികൾ ഉടക്കിനിന്നു. ശോഭക്ക് കസേര ചൂണ്ടിക്കാണിക്കുമ്പോഴും സമീര ഉണ്ണിയെ പാളിനോക്കി. അന്ന് പാതിയുറക്കത്തിൽ നീ തൊട്ടു നോക്കിയ ആ പഞ്ഞിക്കെട്ട് ഞാൻ പറിച്ചു കളഞ്ഞു. റേഡിയേഷൻ മയക്കിക്കിടത്തിയ കണ്ണുകൾവലിച്ചു തുറന്ന് ഉണ്ണിയെ നോക്കി. നീ നക്കിയ ഈ കണ്ണില്ലേ അതു നിനക്കവസാനമായി കാണാൻ ബാക്കി വെച്ചതാണന്ന്. സമീരയുടെ ഇടത്തെ തോളിൽ നിന്നും ഗൗണിന്റെ സ്ട്രാപ്പ് ഉരിഞ്ഞു വീണപ്പോൾ ഉണ്ണികണ്ടു. കാപ്പിക്കുരു പഴുത്തപോലൊരു മുലക്കണ്ണ്. ഉണ്ണിനോട്ടം മാറ്റി. ശോഭ ധൃതിയിലത് നേരെയാക്കി.

സമീര ഏട്ടനെ നോക്കി. അയാൾ അവളുടെ കാല്ക്കൽ ഇരുന്നു.അറിവില്ലായ്മയുടെ ക്ഷമാപണം. കൗതുകത്തിന്റെ കുറ്റബോധം.അരുതായ്മയുടെ ശാപവലയം. സുരക്ഷിത കരങ്ങൾ ബലിഷ്ഠമുഷ്ടിയായിപ്പോയതിന്റെ നീറ്റലുകൾ. സമീരയുടെ കാല് പൊള്ളി. ഇറ്റിവീണ തുള്ളികൾക്ക് ലാവയുടെ കാഠിന്യം.

സമീരയുടെ കണ്ണുകൾ ഉണ്ണിയെകൊത്തിവലിച്ചു. പണ്ട് നീയെന്റെ കാൽവെള്ളയിൽ ഉമ്മവെച്ചത് ഞാൻ ഒമ്പതിൽ പഠിക്കുമ്പോഴാണ്. അന്ന് നീയെന്റെ പാവാടക്കെട്ട് പൊട്ടിച്ചത് മറക്കാൻ കഴിഞ്ഞെങ്കിൽ നീ ജയിച്ചു.

മറവികൾക്ക് ഓർമകളെക്കാൾ ശക്തിയാണ്. ഉണ്ണിയെഴുന്നേറ്റ് പുറത്തേക്ക് നടന്നു. സമീരയുടെ ശോഷിച്ച കൈകളിൽ രക്തമയം വരുത്താൻ ശോഭ ഇരുകൈകൾ കൊണ്ടും തടവിക്കൊടുത്തു.

പാളകീറുന്നതുപോലെ തുടകളെ കീറിമുറിച്ച ഉണ്ണി തലകുനിച്ച് നടന്നു മറയുന്നതും നോക്കി സമീര കിടന്നു. പാന്റ്സിന്റെ മെറൂൺ ബെൽറ്റിൽ കണ്ണുടക്കി. സ്വർണ്ണക്കളറുള്ള ബെൽറ്റ് ബക്കിൾ കണ്ടപ്പോൾ സമീരക്ക് ഛർദ്ദി തികട്ടി വന്നു. അവൾ ഓക്കാനിച്ചു. ശരീരം വിറച്ച് വിയർത്തു. അന്ന് വിയർത്തതുപോലെ. സമീര അറിഞ്ഞു. പരന്ന് കിടക്കുന്ന മുലക്കണ്ണിന്റെ ഒളിച്ചോടാനുള്ള ധൃതി.

അന്ന്, കോളേജിൽ റെക്കോർഡ് വക്കേണ്ട അവസാന ദിവസംമുരളി സാറിനെ ഒറ്റക്ക് കാണാനുള്ള ആഗ്രഹം കൊണ്ട് മനഃപൂർവ്വം വൈകിയ ദിവസം റെക്കോർഡ് കൊടുക്കുമ്പോൾ ഭവ്യതയോടെ കുനിഞ്ഞത് സമൃദ്ധമായ പാരമ്പര്യം വെളിപ്പെടുത്താൻ വേണ്ടി. സാറ് കണ്ട ഭാവം നടിക്കാത്തതിലുള്ള നിരാശ. ഒന്നുകൂടി വിളിപ്പിക്കും എന്ന പ്രതീക്ഷയിൽ കരുതിക്കൂട്ടി തെറ്റിച്ചു വരച്ച സെൽ അനാട്ടമി. ആരാധനയോടെ കേട്ട വഴക്കുകൾ ചെവികളിൽ കുളിർമഴ പെയ്യിച്ചപ്പോൾ ഭാവനയിൽ കണ്ടത് സാറും താനും രണ്ടു മക്കളും ഉള്ള കൊച്ചുവീട്. അന്ന് വിതുമ്പിക്കരഞ്ഞത് സാറ് ഒന്നുകൂടി അടുത്ത് നിൽക്കാൻ വേണ്ടിയായിരുന്നെന്ന് പറഞ്ഞത് കോളേജിലെ ഇന്റർനാഷണൽ സെമിനാറിന്റെ സമാപന ദിവസത്തിൽ. അന്നേറെ വൈകി. ബെഞ്ചും ഡെസ്കും നേരെയാക്കി ഇടുമ്പോൾ ഹോസ്റ്റലിലേക്ക് രാത്രി തനിയെ വിടില്ലെന്ന് പതുക്കെ മുരളിസാർ മന്ത്രിച്ചപ്പോൾ കോരിത്തരിച്ചത് നിസ്വാർത്ഥ പ്രണയ സാക്ഷാത്കാരത്തിൽ. സമീര കോരിത്തരിച്ചു.

"ഒരു ചരടു കെട്ടിക്കാമായിരുന്നു." ശോഭ പതുക്കെ പറഞ്ഞു.

സമീര കേട്ടു. ചെവിയിൽ സീൽക്കാരം. മുരളിസാറിന്റെ ചുണ്ട്കാതിനെ തിന്നാൻ വരുന്നു. സമീര കണ്ണുമുറുക്കിയടച്ചു.

"നല്ല ഇരുട്ടാ".

സാറ് കിതക്കുന്നു. ആദരവിൽ പൊതിഞ്ഞ ഒരു ചുംബനത്തിന് കണ്ണടച്ച സമീരക്ക് നൊന്തു. നെഞ്ചിലൊരു കൂർത്ത കൊക്ക് ഇരയെ കൊത്തി വലിക്കുന്നു,

"ഏതു കുളവും കുഴിച്ച് വെള്ളംനിറയ്ക്കാനെനിക്കറിയാമെന്റെ മീരാ".

നീട്ടിവലിക്കുന്ന ശ്വാസഗതിയിൽ തട്ടിച്ചിതറിയ വാക്കുകൾ. മുഖത്തേക്ക് ചീറ്റിത്തെറിച്ച ചളിവെള്ളം വികലമായ ശബ്ദത്തോടെ തട്ടിത്തെറിപ്പിക്കാൻ നോക്കി. [illegible]. തൊണ്ടപൊട്ടി. എഴുന്നേൽക്കണം. മുഖം കഴുകണം. ഇല്ല. വെള്ളമില്ല. വറ്റിവരണ്ടിരിക്കുന്നു. ഉണ്ണിയുടെ കൗതുകവും മുരളിസാറിന്റെ പൗരുഷവും ആനന്ദിലൂടെ ഉയർത്തെഴുന്നേറ്റപ്പോൾ ആദ്യരാത്രിയിൽ താഴെയിറങ്ങിക്കിടക്കേണ്ടിവന്നു. പാദസരങ്ങൾക്ക് മേൽ കാൽവിരലുകൾ അമർത്തിപ്പിടിച്ച് പ്രതിഷേധത്തെ അടിമർത്തുമ്പോൾ പിറുപിറുത്തത് ആണത്തത്തെക്കുറിച്ചായിരുന്നു.

'ഒന്നൂല്ലേലും ഞാനുമൊരാണല്ലേ?' ഒരുപാട് മുലകളെ തഴുകിയ കൈകൾക്ക് വഴങ്ങാതെ പ്രതിഷേധിച്ചപ്പോൾ അവന്റെ പല്ലുകൾ തുപ്പിയത് പ്രതികാരത്തിന്റെ വിഷപ്പച്ച. ആനന്ദ് നീ കാണേണ്ടിയിരുന്നു ആ മുലയെ. നിന്റെ വിഷം തീണ്ടി ചത്തു പോയ എന്റെ പാവം മുലയെ. സമീര ഇടതു കൈകൊണ്ട് മാറമർത്തി. വേദനിക്കുന്നു. അണലിവിഷം അരിച്ചിറങ്ങുമ്പോഴുള്ള വേദന. രോമങ്ങളിൽക്കൂടി രക്തമിറ്റു വരുന്നുണ്ടോ? ഒന്നും കാണുന്നില്ല. ഇരുട്ടാണ്. സമീര കിടന്നു. പതുപതുത്ത റ്റഡിബിയറിനെയും കെട്ടിപ്പിടിച്ചു കിടക്കുമ്പോൾ മുഖത്തുരസിയ രോമക്കുത്തുകൾക്ക് താടി മാമന്റെ മണം. കരടിക്കുട്ടന്റെ ചെവിയിൽ തെരുപ്പിടിച്ചുറങ്ങിയ കുഞ്ഞുകൈകളിൽ ചൂടുള്ള വടികഷ്ണം. കുഞ്ഞുസമീര ഞെട്ടിയെണീറ്റു കരഞ്ഞപ്പോൾ ധൃതിയിൽ താഴെയിറങ്ങിക്കിടന്ന താടിമാമൻതല പുതപ്പിട്ടു മൂടിക്കളഞ്ഞു. ഉണ്ണിയുടെ കൗതുകം, മുരളിസാറിന്റെ ചെളിവെള്ളം, ആനന്ദിന്റെ വിഷപ്പച്ച, താടിമാമന്റെ വടിക്കഷ്ണം... എല്ലാം കൂടി അവളുടെ ഒറ്റമുലയെ നോക്കി വെള്ളമിറക്കുന്നു. സമീര തൊണ്ടപൊട്ടി വിളിച്ചു.

"അമ്മേ..."

●

ശ്യാമപർവ്വം

ആശ സാരി ഞൊറിയിടുന്നതും നോക്കി കിടന്നപ്പോൾ എഴുന്നേൽക്കാൻ തോന്നിയില്ല. ശ്യാമ അവളെ ആകമാനമൊന്നുഴിഞ്ഞു എന്തൊരു രൂപം! ബ്രായുടെ സ്ട്രാപ്പ് വലിച്ച് മുകളിലേക്കുയർത്താനുള്ള ശ്രമത്തിൽ പാതിയിടിഞ്ഞുതൂങ്ങിയ മുല അനാഥന്റെ തൂങ്ങിമരണം ഓർമ്മിപ്പിക്കുന്നു. സാരി ചുമലിൽ പിൻ ചെയ്യുന്നതിനിടയിൽ ആശയതു ശ്രദ്ധിച്ചു ശ്യാമയുടെ വഴിവിട്ട നോട്ടം.

“എന്താടീ കിടന്നു നോക്കുന്നത്?”

ആശ നെറ്റി ചുളിച്ചു.

“നിന്റെ വയറിലെ ഇന്ത്യാഭൂപടത്തിൽ കേരളം എവിടെയാണെന്ന് കണ്ടുപിടിക്കുകയായിരുന്നു.”

ചെരിഞ്ഞു കിടന്നകിടപ്പിൽ ശ്യാമ പറഞ്ഞു.

ആശയുടെ മുഖം മങ്ങി. ഒന്നു പെറ്റതുകൊണ്ടുണ്ടായ ഗുണം. വയറു കാണിച്ചു സാരിയുടുക്കാൻമേല.

“വയറിലെ സ്ക്രാച്ച് കാണുന്നോടീ.”

ആശയിൽ നിരാശ.

“വെള്ളത്തിലെ കവുങ്ങിൻ നിഴൽപോലുണ്ട്”

ശ്യാമ അവളെ ചൊടിപ്പിച്ചു.

“അതൊക്കെ ദാ ഇങ്ങോട്ട് നോക്ക്.”

ശ്യാമ പൈജാമ താഴ്ത്തി.

‘ഛെ’ എന്നു പറഞ്ഞെങ്കിലും ആശ നോക്കി.

രോമരാജി പടർന്ന അണിവയർ. ആപ്പിൾ ചുഴി പോലൊരു പൊക്കിൾ.

ശ്യാമ ആശയെ നോക്കി ചിരിച്ചു.

"ആടിന്റെ [illegible] പോലെയല്ല എന്റെ കഞ്ചുകങ്ങൾ. കാണണോടീ."

അടുത്താഴ്ച ലീവിനു പോകുമ്പോൾ കാണിച്ചുകൊടുക്ക്. അവിടെ കാത്തിരിക്കുന്നുണ്ടാവും നിന്റെ ശങ്കരൻ.

പൊട്ടുതൊടുന്നതിനിടയിൽ ആശ ചുണ്ടുകോട്ടി. ആശ പോകാൻ റെഡിയായി. കൂടെ ലഗേജ് ബാഗുണ്ട്. ശ്യാമക്കത്ഭുതമായി.

"നീ ഇന്ന് നാട്ടിൽ പോകുന്നുണ്ടോ? ലീവെടുക്കുന്നോ പിശുക്കി."

"മോൾക്ക് രണ്ടീസായി പനിതുടങ്ങീട്ട്. വിളിക്കുമ്പോഴൊക്കെ കരച്ചിലാണ്. എനിക്കും കാണാൻ തോന്നുന്നു. ഈ പ്രമോഷനും ട്രാൻസ്ഫറും ഒന്നും ഇല്ലാത്ത ജോലി മതിയായിരുന്നു. ഈ ഹോസ്റ്റലിൽ എത്രകാലം തള്ളിനീക്കണം, കൊച്ചിനെപ്പോഴും പരാതിയാ. അച്ഛൻ കൊമ്പത്ത് ... അമ്മ വരമ്പത്ത്"

ശ്യാമ അവളെ നോക്കി പറഞ്ഞു.

"ആശമ്മ"

നെറ്റിയിലെ സിന്ദൂരം വെളുത്ത സാരിയിൽ വീണപ്പോൾ ആശ പരിഭ്രമിച്ചു.

"അയ്യോ ഇന്നു കുത്തിവെപ്പുള്ളതാണ്. സൂപ്രണ്ട് സാരി നോക്കും"

തിരിഞ്ഞു കിടക്കുന്നതിനിടയിൽ ശ്യാമ പിറുപിറുത്തു.

"കോട്ടിട്ട് അഡ്ജസ്റ്റ് ചെയ്യെന്റെ നഴ്സേ..."

അവളുടെ തിരിഞ്ഞുകിടത്തം ശ്രദ്ധിച്ച ആശ പോവുന്നതിനിടയിൽ ചോദിച്ചു.

"നീ ഇന്നും പോവുന്നില്ലേ."

"പോവണം. ആയില്ല. കുറച്ചൂടെ കിടക്കട്ടെ."

കൈകൾ ചുരുട്ടി തലക്കടിയിലേക്ക് വക്കുമ്പോൾ ശ്യാമയറിഞ്ഞു. മാറിലെചൂട്. പാല് ചുരത്താത്ത ചൂട്. അവൾ പറഞ്ഞു.

"നിന്റെ മോളോട് ശ്യാമാന്റി ചോദിച്ചൂന്ന് പറ."

അവളുടെ സ്വരമാറ്റം തിരിച്ചറിഞ്ഞ ആശ മെല്ലെ പറഞ്ഞു.

"മല്ലിക സിസ്റ്റർ ഒരു ഡോക്ടറുടെ അഡ്രസ് തന്നിട്ടുണ്ട്. നീ ശങ്കറിനെയും കൂട്ടി ഒന്നു പോയികാണ്. കാണിച്ചവർക്കൊക്കെ

കുട്ടികളുണ്ടായിട്ടുണ്ട്.''

ശ്യാമ അവളെ നോക്കി.

''ഇതെന്താ പുഷ്പാഞ്ജലിയോ... വഴിപാട് കഴിക്കുന്നവർക്കൊക്കെ പ്രസാദം കിട്ടാൻ.''

ആശ വാച്ച് നോക്കി. ഒന്നു പറയാതെ നടന്നു. ശ്യാമ ഒന്നുകൂടി ചുരുണ്ടുകിടന്നു.

ബാത്ത്റൂമിൽ ഫ്ലഷ് ചെയ്ത ഉറകൾ അവൾക്കോർമ്മവന്നു. ശങ്കർ ജാള്യതയോടെ ഊരി വച്ച ഉറയിലെ ജലകണങ്ങൾ നോക്കി ഒരിക്കൽ അവൾ അടക്കം പറഞ്ഞു.

''നമ്മുടെ കോടാനുകോടി മക്കൾ.''

അളവിലും കൂടുതൽ സെന്റിമെൻസ് ഉള്ളതുകൊണ്ട് അതോടുകൂടി ശങ്കർ ഉറ ഉപേക്ഷിച്ചു. സമാധാനിച്ചത് ശ്യാമയാണ്.

ഉറ ഡിസ്പോസ് ചെയ്യേണ്ട ഉത്തരവാദിത്തം ശ്യാമക്കാണ്.

അവൾക്കൊട്ടും ഇഷ്ടമില്ലാത്തതും അതാണ്. പറഞ്ഞില്ല എന്നു മാത്രം.

പിന്നീടങ്ങോട്ട് 'സേഫ്റ്റി' പിരീഡുകൾ തിരഞ്ഞുള്ള 'സ്നേഹ'മായിരുന്നു. ഇന്നിപ്പോൾ എല്ലാ ദിവസവും 'സേഫാ'ണ്.

അന്നു കളഞ്ഞ കോടാനുകോടി മക്കൾക്കൊന്നും ജീവനില്ലായിരുന്നെന്ന് തിരിച്ചറിഞ്ഞത് ഇപ്പോഴാണ്.

ശ്യാമ കിടന്നു. ഉള്ളിലൊ രു പിരുപിരുപ്പ്. ശങ്കറിന്റെ നെഞ്ചിലെ രോമങ്ങളെപ്പോലെ നിൽക്കുന്ന പുതപ്പിന്റെ പ്രതലം. പാവം. ഇപ്പോൾ എന്തെടുക്കുകയായിരിക്കും? അവൾ വാട്സ് ആപ്പ് ഓൺചെയ്തു. ശങ്കറിന്റെ പ്രൊഫൈൽ നോക്കി. ഓൺലൈനിൽ ഇല്ല. രാവിലത്തെ തിരക്കിലായിരിക്കും. ബ്രേക്ക് ഫാസ്റ്റ്, അയണിംഗ്, ഷേവിംഗ്... അവൾ പതിവു പല്ലവി ആവർത്തിച്ചു.

ഹായ് ഡിയർ...

ഹൗ ആർ യു.

ഹൗസ് ഈസ് ദ തിംഗ്സ്...

മിസ് യു.

ലവ്. യു...

പാതി മുഖം കോടിയ സ്മൈലി തിരഞ്ഞെടുത്ത് ടച്ച് ചെയ്തപ്പോൾ അവൾ ഒന്നു കൂടി നോക്കി. ആ സ്മൈലിക്ക് സങ്കടമില്ലേ എന്ന്.

ഇന്നത്തേക്ക് ശങ്കറിനതുമതി.

"രാവിലെത്തന്നെ തുടങ്ങിയോ ശ്യാമേച്ചീ."

രേഖയാണ്. പാലക്കാട്ടുകാരി അക്കൗണ്ടന്റ്. കിടന്നകിടപ്പിൽ ശ്യാമ തിരിഞ്ഞുനോക്കി. "ആരാ ചേച്ചീ ലൈനിൽ... കല്യാണം കഴിച്ചോർക്കാ ഇപ്പം ഇളക്കം. മ്മളൊക്കെ [illegible]ാവങ്ങള്"

ശ്യാമ രേഖയെ ആകമാനമൊന്നുഴിഞ്ഞു നോക്കി.

"രേഖ, കല്യാണം കഴിച്ചവർ മൊബൈൽ തൊട്ടാൽ അത് ജാരൻമാരോട് സൊള്ളുകാന്ന് വിചാരിക്കരുത്. ജീവിതത്തെ മുൻവിധി യില്ലാതെ [illegible]. [illegible] അന്യരുടെ ജീവിതത്തെ.

രേഖ ചമ്മി.

"ഞാൻ വെറുതെ പറഞ്ഞതല്ലേ ശ്യാമേച്ചീ... ശങ്കരേട്ടനോടല്ലാതെ ആരോട് ചാറ്റാനാണ ചേച്ചിയൊക്കെ."

രേഖ അവളുടെ അടുത്തു വന്നു കിടന്നു.

ശ്യാമേച്ചീ എനിക്കൊരു സംശയം.

അവളെ നോക്കാതെ ശ്യാമ പറഞ്ഞു.

"പറയെടീ..."

"ഈ ഫസ്റ്റ്നൈറ്റില് വേദനയാവോ?"

രേഖയുടെ മുഖത്ത് ജിജ്ഞാസ.

"വേദനയാവണംന്ന് നിർബന്ധമൊന്നുമില്ല..."

"എന്നാലും വേദനയുണ്ടെന്ന് പറഞ്ഞേക്ക് അപ്പോൾ"

"അതെന്തിനാ?"

"വെറുതെ. ഭർത്താവിന്റെ ഒരു സമാധാനത്തിന്"

"നമുക്ക് വേദനയായാൽ ആണുങ്ങൾക്ക് സമാധാനമാവോ?"

രേഖയുടെകണ്ണിൽ തിളക്കം.

"ഒന്നു വേദനിപ്പിച്ചെന്ന സമാധാനമാവൂലോ."

ശ്യാമ വിദൂരതയിലേക്ക് നോക്കി.

ശ്യാമേച്ചിക്ക് വേദനയുണ്ടായിരുന്നോ?

"ഇല്ല"

"അതെന്താ..."

"ശങ്കറിന് വേദനിപ്പിക്കാനറിയില്ലായിരുന്നു."

രേഖ ഒന്നു കൂടി അവളോടൊട്ടി കിടന്നു.

"ശ്യാമേച്ചിക്ക് നല്ലൊരു ചൂട്. പാവം ശങ്കരേട്ടൻ. പുള്ളിക്ക്

ഇവിടേക്കെങ്ങാൻ ട്രാൻസ്ഫർ നോക്കിക്കൂടെ.''

രേഖയുടെ കെട്ടിപിടുത്തം ശ്യാമ മെല്ലെ അയച്ചു. രേഖ വീണ്ടും മുറുക്കി ശ്യാമയുടെ നെഞ്ചിലേക്ക് മുഖം വച്ചു. ശ്യാമ അവളോട് ചോദിച്ചു.

''നിൻ്റമ്മ എത്രാം വയസിലാ മരിച്ചേ''

രേഖ കണ്ണുതുറക്കാതെ പതുക്കെ പറഞ്ഞു.

''എൻ്റെ അഞ്ചാം വയസ്സിൽ''

''എൻ്റമ്മക്കും ചെലപ്പാ ഇതേ ചൂട് ആയിരിക്കുംല്ലേ ശ്യാമേച്ചീ''

ശ്യാമ അവളെ ഉഴിഞ്ഞു കൊണ്ടുമൂളി

''ഉം''

അവർ കിടക്കുന്നതു കണ്ടപ്പോൾ റംല ഗ്ലാസിൽ കാപ്പിയുമായി വന്നു.

''ശ്യാമേ നിൻ്റെ മാദകി ഇതൊന്നും കാണണ്ടട്ടോ''

കാപ്പി ഊതിക്കുടിക്കുന്നതിനിടയിൽ റംല ഊറിച്ചിരിച്ചു.

''ൻ്റെ റംല ടീച്ചറേ ഞങ്ങള് പ്രേമിക്കല്ലെ. അമ്മേം മോളുമാ'' ഏതോ ഒരു സുഖത്തിൽ തലയുയർത്താതെ രേഖ പറഞ്ഞു.

റംല കേട്ടില്ല. അവൾ ശ്യാമയുടെ കട്ടിലും പരിസരവും വീക്ഷിക്കുക യായിരുന്നു. റംല പരുക്കനായി വിളിച്ചു.

''ശ്യാമേ-''

ആ വിളിയിലെ അപകടം മനസ്സിലാക്കിയ ശ്യാമ തട്ടിപ്പിടഞ്ഞെണീറ്റ് കട്ടിലിനു താഴെ കൂട്ടിവച്ച പാൻ്റീസുകൾ നോക്കി.

റംല ടീച്ചർ ഗൗരവത്തിലായി.

''ൻ്റെ ശ്യാമേ ഒന്നൂല്ലേലും യ്യൊരു വക്കീലല്ലേ. ഷഡ്ഡീം ബോഡീം ഇങ്ങനെ അയിച്ചുകൂട്ടിവച്ചുന്നതെന്തിനാ. അന്നന്ന് തിരുമ്പിക്കൂടെ''

ശ്യാമ റംലയെ നോക്കി.

''അതിലൊന്നും ഒരു കാര്യവുമില്ലെൻ്റെ റംലാ''

റംലയെ മയപ്പെടുത്താൻ ശ്യാമ ഒരു ശ്രമം നടത്തി.

''ൻ്റെ റംലടീച്ചറേ ശ്യാമേച്ചി അലക്കീല്ലേലും അതൊക്കെ അലക്കി തേച്ച് സ്പ്രേ അടിക്കാൻ ഇവിടെ ആളുണ്ടന്നേ...''

രേഖയുടെ മുഖത്ത് കള്ളച്ചിരി.

ശ്യാമക്ക് ദേഷ്യം വന്നു.

''പോടീ കഴുതേ... ആ പെണ്ണിൻ്റെ കാര്യം ഇനി മിണ്ടരുത്.''

റംല ശ്യാമയുടെ അടുത്തേക്കിരുന്നു.

“മാദകി വീണ്ടും വന്നോ?”

ശ്യാമ നെറ്റിക്ക് കൈകൊടുത്തു.

“ന്റെ റംലാ. ആ പെണ്ണിന് വട്ടാണ് അസ്സല് സൂക്കേടാണ്. മറ്റേ സൂക്കേട്!”

“നിന്റെ ഒടുക്കത്തെ ഭരണപരിഷ്ക്കാരം കാരണം മനുഷ്യന്

പാഡുവക്കാൻ പറ്റാതായി. ടോയ്‌ലറ്റ് ബ്ലോക്കാവുംന്ന് പറഞ്ഞ് നീ തുണി പരിഷ്ക്കാരം നടപ്പിലാക്കീലേ. എന്റെ തുണി ഞാൻ അലക്കി അയയിലിട്ടതാ. വൈകിട്ട് വന്നു നോക്കുമ്പോൾ അതെല്ലാം വീണ്ടും കഴുകി ഉണക്കി സ്പ്രേ അടിച്ചു വച്ചിരുന്നു. കഴുകിയിടുന്ന ഇന്നറുകളെല്ലാം വീണ്ടും അലക്കും. ഇപ്പോൾ ഞാൻ അലക്കു നിർത്തി. അവളെന്തായാലും എടുത്തലക്കും. പിന്നെ ഞാനും സമയം കളയണോ?”

റംല മൂക്കത്ത് വിരൽ വച്ചു.

“റബ്ബേ ഇതെന്തൊരു ജന്മം!”

ശ്യാമയോടൊട്ടി കിടക്കുന്നതിനിടയിൽ രേഖ പതുക്കെ പറഞ്ഞു.

“ശ്യാമേച്ചിയെ കാണുമ്പോൾ പെണ്ണുങ്ങൾക്ക് ഇളക്കം തട്ടുന്നു. അപ്പോൾ പിന്നെ ആണുങ്ങളെ കാര്യം പറയണോ?”

പെട്ടെന്നെന്തോ ഓർത്തതുപോലെ രേഖ പുറത്തേക്കോടി. അതേ സ്പീഡിൽ തിരിച്ചുവന്നു. കയ്യിൽ സെൽഫോണുണ്ട്. ഫോൺ അവൾ ശ്യാമക്ക് നേരെ നീട്ടി.

“ശ്യാമേച്ചീ പ്ലീസ്... എനിക്കൊരു ഉപകാരം ചെയ്യ്. എന്റെ ജി എമ്മിനെ വിളിച്ചിട്ട് പനിയാണെന്ന് പറയ്യോ? ശ്യാമേച്ചി പറഞ്ഞാൽ ലീവ് ഉറപ്പാ.”

“അതിനയാളെ എനിക്കറിയില്ല കുട്ടീ”

ശ്യാമ കമഴ്ന്നു കിടന്നു.

“അന്ന് ഓഫീസില്വ വന്നപ്പോൾ ഞാൻ പരിചയപ്പെടുത്തിത്തന്നില്ലേ. ഇങ്ങളെന്റെ ലോക്കൽ ഗാർഡിയനാണെന്നാ ഞാൻ പുള്ളിയോട് പറഞ്ഞത്. ഇടക്കിടെ അഡ്വക്കറ്റ് ശ്യാമയെ അന്വേഷിക്കാറുണ്ട്. രേഖഫോൺ ശ്യാമയുടെ കയ്യിൽപിടിപ്പിച്ചു.

“റിംഗ് ചെയ്യുന്നുണ്ട്. വേഗംശ്യാമേച്ചി പ്ലീസ്.”

ശ്യാമ ഒട്ടും താത്പര്യമില്ലാതെ ഫോൺവാങ്ങി. മറുതലക്കൽ ശംഭീരശബ്ദം

“ഇന്നു വരുന്നില്ലേ?”

ശ്യാമ സ്വരം താഴ്ത്തി.

“സാർ ഞാൻ രേഖയുടെ ലോക്കൽ ഗാർഡിയനാണ്.

രേഖക്ക് നല്ല പനി. ഇന്ന് ലീവെടുത്താൽ നന്നായിരുന്നു.”

ശബ്ദം മയപ്പെടുന്നത് ശ്യാമ അറിഞ്ഞു.

“ഓ ശ്യാമയാണോ? എന്തുണ്ട് വിശേഷം?”

ഇന്ന് പോവാനില്ലേ? അന്ന് ഞാൻ കോൺടാക്ട് നമ്പർ വാങ്ങാൻ മറന്നു. ആക്ച്വലി മറന്നതല്ല. രേഖയുണ്ടായിരുന്നല്ലോ കൂടെ. ഫ്രീയാകുമ്പോൾ ഇവിടേക്കൊക്കെ വരണം കേട്ടോ. നമ്പർ തന്നാൽ വാട്സ് ആപ്പിൽ കാണാം. ശ്യാമാ... കേൾക്കുന്നുണ്ടോ എന്നെ?”

ശ്യാമ സ്പീക്കർ ഓഫാക്കാതെ പറഞ്ഞു.

“ഉവ്വ് കേൾക്കുന്നുണ്ട്. രേഖ നാളെവരും. എന്നാൽ പിന്നെ

വിളിക്കാം.”

രേഖ, അന്തം വിട്ടുനിന്നു.

മറുതലക്കൽ ജി.എമ്മിന്റെ രോദനം

“ശ്യാമാ വിളിക്കണേ.”

ശ്യാമ ഫോൺ കട്ടുചെയ്ത് നോക്കുമ്പോൾ റംല തട്ടം തലയിൽ നേരെയിട്ട് എന്തോ പിറുപിറുക്കുന്നു.

“എന്താടീ മുറുമുറുക്കുന്നത്.”

ശ്യാമ ഒരു കള്ളച്ചിരിയോടെ റംലയോട്.

“അന്റെ ഓൻ ഷങ്കറിന് ഇവിടേക്ക് ട്രാൻസ്ഫർ കിട്ട്യോ?”

“നീ വാങ്ങിക്കൊടുക്ക്. എന്നിട്ട് ബിരിയാണീം നെയ്പ്പത്തിരീം ഉണ്ടാക്കിക്കൊടുക്ക്. കൂടെ പൊറുത്തോ. ലിവിംഗ് ടു ഗെദർ.”

അവൾ റംലയെ പ്രകോപിപ്പിച്ചു.

“പടച്ചോനെ ന്റെ ബഷീർക്കായും മക്കളും കേക്കണ്ട ഈ ചെകുത്താന്റെ തമാശ.”

റംല ഗ്ലാസുമെടുത്ത് ചവുട്ടിക്കുലുക്കി നടന്നു പോയി. ആരാധനയോടെ നിൽക്കുന്ന രേഖയെ നോക്കി ശ്യാമ പറഞ്ഞു.

“നിന്റെ ജി.എമ്മിനും മറ്റവൾടെ സൂക്കേടാ... സുമേടെ സൂക്കേട്.”

അടക്കാനാവാത്ത ആരാധനയോടെ രേഖ ചോദിച്ചു.

“ഞാനെന്നാ ശ്യാമേച്ചിയെപ്പോലാവ്വ?”

എങ്ങോട്ടോ നോക്കി ശ്യാമ പറഞ്ഞു.

“ഒരു ശങ്കറിനെ കെട്ടുന്ന കാലത്ത്.”

●

ഹമാർഷ്യ

ട്രൂപ്പിലുള്ളവർക്കെല്ലാം മഞ്ഞലഡു വിതരണം ചെയ്ത് ഒഥല്ലോ ജനാർദ്ദനൻ പുഞ്ചിരിച്ചു. സരളയെന്ന ഡെസ്ഡിമോണ ആ പുഞ്ചിരിയിൽ അലിഞ്ഞുപോയപ്പോൾ ഇടത്തെ കയ്യിലും കൂടി ഒരു ലഡു സ്വന്തമാക്കിക്കൊണ്ട് ഇയാഗോ ശശി പൊട്ടിച്ചിരിച്ചു.

'ഹാപ്പി മാരീഡ് ലൈഫ് ജനൂ' ഇന്നേവരെ ഒരൊറ്റഡയലോഗും നേരാവണ്ണം പറയാതെ, ഡെസ്ഡിമോണയുടെ കണ്ണീരും പിന്നെ ഒഥല്ലോയെ കെട്ടിപ്പിടിക്കലും മാത്രം കൊണ്ട് സ്റ്റേജിൽ തട്ടിയൊപ്പിച്ചു ജീവിക്കുന്ന സരളയുടെ കരളിലൊരു കുത്തലുണ്ടായിരുന്നു ലഡു തിന്നുമ്പോൾ.

'പെണ്ണിന്റെ പേരെന്താ?' കല്യാണം എന്നു കേട്ടാൽ ഒരു പെണ്ണ് ആദ്യം ചോദിക്കുന്ന സാർവ്വത്രിക ചോദ്യം മാത്രമേ സരളയിലും അവശേഷിക്കുന്നുള്ളൂ. പ്രായോഗികമായി ചിന്തിക്കുമ്പോൾ തനിക്ക് മൂന്ന് വയസ്സ് ഒഥല്ലോയെക്കാളും കൂടുമെങ്കിലും തങ്ങൾ പിന്നിട്ട മുന്നൂറ് സ്റ്റേജുകളെ ഓർക്കുമ്പോൾ ഒഥല്ലോ മറ്റൊരാളുടേതായി എന്ന് സങ്കല്പിക്കാൻ പോലും പറ്റുന്നില്ല. ഇയാഗോ ശശി കൊണ്ടുവന്ന രണ്ട്മൂന്ന് റിട്ടയർമെന്റ് കല്യാണാലോചനകൾ വേണ്ടാന്ന് വച്ചതു പോലും ഒഥല്ലോയെ ഓർത്തിട്ടാണ്. ജനുവിനെ ഒന്നുമറിയിച്ചിട്ടില്ല. ഇനി അറിയിച്ചിട്ടെന്തു കാര്യം.

ഒഥല്ലോ ജനാർദ്ദനൻ സരളയെ നോക്കി ഹൃദ്യമായി പുഞ്ചിരിക്കുകയാണ്. ആ കണ്ണിൽ നിന്നും പ്രസരിക്കുന്ന ഊർജ്ജം തന്നെ മൊത്തം ആവാഹിക്കുന്നതായവൾക്ക് തോന്നി.

'ഡെസ്ഡിമോണ'!. പടക്കം പൊട്ടുന്നതുപോലെയാണ് ഇയാഗോശശി സരളയുടെ ചെവിക്കരുകിൽ വന്നലറിയത്. കുറേ നേരമായി ജനു പേരു പറയുന്നു. ഈ സ്ത്രീ ഇതൊന്നും കേൾക്കാതെ

അമ്പരന്നിരിക്കുകയാണ്.

സരള ഇപ്പോൾ ശരിക്കും ഞെട്ടി.

ഡെസ്ഡിമോണ!

ഇയാഗോ പൊട്ടിച്ചിരിക്കുന്നു.

'ഒഥല്ലോ വെഡ്സ് ഡെസ്ഡിമോണ'

ജനാർദ്ദനന്റെ പുഞ്ചിരിയിൽ ഒരു മാറ്റവുമില്ല. ഒഥല്ലോയുടെ അതേ ചിരി. അതേ ഭാവം. അതേ രാഗം. അതേ താളം. സരള ആ പുഞ്ചിരിയിൽ അലിഞ്ഞിരുന്നു. പാതികടിച്ച ലഡുകയ്യിലിരുന്ന് കയ്യാലപ്പുറത്തെ തേങ്ങയുടെ അവസ്ഥയിലേക്ക് മാറി. ഇയാഗോ ആ ലഡുവിനെ നോക്കി.

ഡെസ്ഡിമോണയപ്പോൾ കാലിലെ ഉപ്പൂറ്റിയിലെ വിള്ളലിന് പെട്രോളിയം ജെല്ലി വാരിത്തേക്കുകയായിരുന്നു. ഓരോ പെണ്ണുകാണലിന്റെയും പരിഭ്രാന്തിയിൽ ഞെക്കിപ്പൊട്ടിച്ച കുരുക്കൾ മുഖത്ത് ചുട്ടികുത്തിയതു പോല നിരന്ന് നിൽക്കുന്നത് കണ്ട് കണ്ണാടിതന്നെ എറിഞ്ഞു പൊട്ടിക്കാനുള്ള ദേഷ്യമുണ്ടായിരുന്നു അവൾക്ക്. താമര വിരിഞ്ഞതു പോലുള്ള കൈകാലുകളാണ് ജനേട്ടന്. അവൾതന്നെത്തന്നെ ഒന്നുഴിഞ്ഞു നോക്കി. ചിതൽ പിടിച്ച കൊതുമ്പുപോലുള്ള നീണ്ട മുഖം. ഈർക്കിലു പോലത്തെ കയ്യ്. നെഞ്ചിന്റെ ദാരിദ്ര്യം പരിഹരിക്കാനായി ഇറങ്ങിയ പാഡഡ് ബ്രാ രണ്ടെണ്ണം ഇട്ടാലും സാരി ഒറ്റ പ്ലീറ്റിൽ ഇടാനൊക്കുല. ക്രിക്കറ്റ്ഗ്രൗ ണ്ട് പോലെ പരന്നിരിക്കുന്നു. ജനേട്ടനിലെ പുരുഷൻ ഒന്നും കൊതിക്കുന്നില്ലെങ്കിലും ഏട്ടനിലെ ഒഥല്ലോ ഒരു സൗന്ദര്യാസ്വാദകനാണെന്ന് ഡയലോഗ് കണ്ടാലറിയാം. കടിച്ചാൽ പൊട്ടാത്തെ ഡയലോഗ് കേട്ട് മനസ്സിലാക്കുന്നതിലും നല്ലത് കണ്ടാസ്വാദിക്കുന്നതാണ്. രണ്ട് സെന്റീമീറ്റർ വിടവുള്ള മേൽപ്പല്ലുകൾ ഒന്നുകൂടി ഇളിച്ച് നോക്കിക്കൊണ്ട് ഒട്ടുംതൃപ്തിയില്ലാതെ ഡെസ്ഡിമോണ മണിയറയിലിരുന്ന് വിങ്ങി. ജനേട്ടന് തന്നെ ശരിക്കും ഇഷ്ടായിട്ടാണോ കല്യാണം കഴിച്ചത്?

ഇയാഗോ ശശിക്ക് ഇനിയും ഉത്തരം കിട്ടേണ്ടതായ ചില ചോദ്യങ്ങളുണ്ട്.

എന്തുകണ്ടിട്ടാണ് ഹോളിൻ ഷെഡ് ക്രോണിക്കിൾസ് തിയറ്റർ ഉടമ ഷേക്സ്പിയർ മാധവേട്ടൻ തന്റെ ഏകമകൾക്ക് ഡെസ്ഡിമോണ എന്ന് പേരിട്ടത്?

വെറും ഒരേയൊരു ട്രയൽ റിഹേഴ്സലിൽ ഒഥല്ലോയായി ഒന്നു ട്രൈ ചെയ്ത ജനാർദ്ദനനെ തിയേറ്ററിന്റെ അനന്തരാകാശിയായി പരോക്ഷമായി പ്രഖ്യാപിക്കുകയല്ലേ ഈ ചെയ്തിലൂടെ ചെയ്തത്?

ഹോളിൻ ഷെഡ്ക്രോണിക്കിൾസിന്റെ മാസ്റ്റർപീസായ 'ഒഥല്ലോ' ജനാർദ്ദനന് മാത്രം റിസർവ് ചെയ്ത് കൊടുത്തത് കൊണ്ടല്ലേ തനിക്ക് ഇയാഗോ ആയി രൂപാന്തരം പ്രാപിക്കേണ്ടിവന്നത്?

ഒരു ട്രയൽ റിഹേഴ്സലിലെങ്കിലും തനിക്കൊന്ന് ഒഥല്ലോയുടെ റോൾ തരാത്തത് മാധവേട്ടന്റെ വ്യക്തി താല്പര്യം മാത്രമാണോ? അതോ മറ്റാരുടെയയെങ്കിലും....

അപ്പോഴേക്കും സുരേഷ്ഗോപിയുടെ ഹൈറ്റും കുഞ്ചാക്കോ ബോബന്റെ നിറവുമുള്ള ഒഥല്ലോ ഇയാഗോയുടെ മുൻപിൽ നിറഞ്ഞു നിന്നു. സ്വന്തം സൗന്ദര്യത്തിൽ മാത്രം വിശ്വാസമുള്ള ജനാർദ്ദനൻ സ്വല്പം പരിഷ്കാര ഭാഷമാത്രം പറഞ്ഞു നടന്ന ജനാർദ്ദനൻ, വെറുതെ നാട്ടിലൂടെ ഒരു ജ്ബ്ബായുമിട്ട് തേരാപാരാ നടന്ന ജനാർദ്ദനൻ ഒറ്റ ദിവസം കൊണ്ടാണ് അമ്പലപറമ്പുകളിലെ സ്ത്രീഹൃദയങ്ങളെ കീഴടക്കിയത്. വെറുമൊരു ജനാർദ്ദനൻ ഒഥല്ലോ ജനാർദ്ദനായി പരിണമിച്ചതിന്റെ ഉപകാരസ്മരണയായിട്ടാണ് ഡെസ്ഡിമോണയെ സ്വയം വരിച്ചതെന്ന ഫാക്ടിൽ ആർക്കും നോ മോർ ആർഗ്യുമെന്റ്സ്.

രണ്ടുപേരെയും ഒരിക്കൽ നേരിട്ട് കണ്ട് സഹിക്കാനാവാതെ ഇയാഗോ ഒഥല്ലോയോട് സ്വകാര്യം ചോദിച്ചു.

'നിന്റെ മുഖത്തെന്താടാ കണ്ണില്ലായിരുന്നോ?'

ജനു ഡെസിയെ നോക്കി കണ്ണിറുക്കിക്കൊണ്ട് വളരെ പതിഞ്ഞ സ്വരത്തിലാണ് മറുപടി പറഞ്ഞത്.

'രാത്രിയിൽ വാതിലടച്ച് ലൈറ്റണച്ചാൽ പിന്നെ എന്തിനാടാ കണ്ണ്?'

ജീവിതത്തിലാകെ പഠിച്ച നാലുവരി ഇംഗ്ലീഷ് ഡയലോഗ് ആക്സന്റും, റിഥവും, സ്ട്രെസ്സും പോസും ഒന്നു നോക്കാനില്ലാത്ത പാവം കാണികളുടെ മുൻപിൽ ഒരു വടക്കൻ വീരഗാഥയിലെ മമ്മൂട്ടിയെ മനസ്സിൽ ധ്യാനിച്ചു കൊണ്ട് ഒഥല്ലോ ജനാർദ്ദനൻ പ്രൗഢ ഗംഭീരമായി, പ്രസന്നവദനനായി തട്ടിവിട്ടു.

"ഇറ്റ് ഈസ് ദ കോസ്, ഇറ്റ് ഈസ് ദ കോസ് മൈ സോൾ...

ലെറ്റ് മി നോട്ട് നെയിം ഇറ്റ് റ്റു യൂ... യു ചെസ്റ്റ് സ്റ്റാർസ്!!!

ഇറ്റ് ഈസ് ദ കോസ്. യെറ്റ് ഐ വിൽ നോട്ട് ഷെഡ് ഹെർ ബ്ലഡ്."

വികാര വായ്പോടെ ഡയലോഗ് പറഞ്ഞൊപ്പിച്ചു. ഒഥല്ലോ സരളാഡെസ്ഡിമോണയെ ചുംബിക്കും. ഉള്ളിലാളിവരുന്ന പ്രണയത്തിന്റെ കുമ്പൽ വിറയാർന്ന ചുണ്ടുകളിൽ തപ്പിത്തടഞ്ഞ് വീണ് ഇങ്ങനെ ഭവിക്കും.

ഹ...ഹ... ഈസ് ദേർ? ഒഥല്ലോ?

'വിൽ യു കം റ്റു ബെഡ്, മൈ ലോഡ്?' എന്നോ മനസ്സിലുറഞ്ഞുപോയ ഒരാഗ്രഹത്തിന്റെ സഫലീകരണമെന്നോണം താൻ ആത്മാർത്ഥമായാണ് ബെഡിലേക്ക് വിളിക്കുന്നതെന്ന് ഡെസ്ഡിമോണ എപ്പോഴോ ജനുവിനെ തട്ടലിലൂടെയും മുട്ടലിലൂടെയും വെളിപ്പെടുത്തിക്കൊടുത്തതാണ്.

വികാരവയ്പോടെ ഒഥല്ലോ വീണ്ടും മൊഴിയുന്നു 'ഐ വുഡ് നോട്ട് കിൽ ബൈ അൺപ്രിപയേർഡ് സ്പിരിറ്റ്'

'സ്പിരിറ്റ്' എന്ന് കേട്ടാൽ ഉടൻ ഞെട്ടിത്തരിക്കണമെന്ന നിർദേശം

എട്ടാംക്ലാസും തയ്യൽമെഷീനും സ്വന്തമായുള്ള സരളക്ക് മാധവേട്ടനിൽനിന്നും കിട്ടിയിട്ടുള്ളത് കൊണ്ട് ഡെസ്ഡിമോണ സ്റ്റേജിൽ ഞെട്ടിത്തിരിച്ചു. ഇനി വരാൻ പോകുന്ന വിഷുവിന് സാധനങ്ങൾ വാങ്ങേണ്ടതോർമ്മവന്ന ഡെസ്ഡിമോണ തത്തയെപ്പോലെ പറഞ്ഞു തുടങ്ങി.

ടോക്ക് യു ഓഫ് കില്ലിംഗ്?

ദെൻ ഹെവൻ...

അത്താഴത്തിനുള്ള അരി, രാവിലത്തേക്ക് വേണ്ട മൈദ, ഇതെല്ലാം ഓർത്ത് ഡെസ്ഡിമോണ പിടഞ്ഞ് പിടഞ്ഞ് മരിക്കുമ്പോൾ ഷേക്സ്പിയർ മാധവേട്ടൻ ശോകസാന്ദ്രമായ ശബ്ദത്തിലൂടെ വിങ്ങിയും വിക്കിയും പറഞ്ഞു.

'ഹിയർ എൻഡ് ഹോളിൻഷെഡ് ക്രോണിക്കിൾസ് ഒഥല്ലോ' ഗുഡ്നൈറ്റ്... മൈ ഡിയർ ഓഡിയൻസ്"

കണ്ണീർച്ചാലുകൾ തുടക്കാതെ, അമ്പരപ്പുമാറാതെ കാണികൾ തിരശ്ശീല വീണിട്ടും ദീർഘശ്വാസമയച്ചിരിക്കും. കർട്ടനൊന്ന് പൊക്കിനോക്കി അത് കണ്ട് നിർവൃതിയണഞ്ഞ് മാധവേട്ടൻ സംതൃപ്തിയോടെ പറയും.

'കഥാർസിസ്'

ഇയാഗോ ശശിക്ക് അപ്പോഴൊന്ന് ചൊറിഞ്ഞ് കയറാറുണ്ട്. എന്തോ ഒരിത് അതാണ് 'ഈഗോ' എന്ന നിർവ്വചനം കൊടുത്തത് മാധവേട്ടൻ തന്നെയാണ്.

ഇയാഗോ ഒറ്റയൊരിക്കൽ മാത്രമേ സരളയെ പ്രേമത്തോടെ, ഒത്തിരി ഇഷ്ടത്തോടെ 'ഡെസ്ഡിമോണ' എന്നു വിളിച്ചിട്ടുള്ളു. പ്രതികരണം ഭയാനകമായിരുന്നു.

'പ് ഫ! കണ്ട അനുവാണിച്ചികളുടെ പേര് ന്നോട് കൂട്ടിപ്പറഞ്ഞാലുണ്ടല്ലോ'

എന്നാൽ ഒഥല്ലോ ജനു പലപ്പോഴും സരളയെ 'ഡെസീ' എന്നേ വിളിക്കാറുള്ളൂ.

അഭിനയവും ജീവിതവും വേർതിരിച്ചു കാണാൻ കഴിയാത്തത്ര ഡെഡിക്കേറ്റഡ് ആയിപ്പോയതുകൊണ്ടാണ് താനങ്ങനെ വിളിച്ചു പോകുന്നതെന്നാണ് ജനുവിന്റെ ന്യായീകരണം.

ഡെസ്ഡിമോണക്കതിൽ ഒരു പരാതിയുമില്ല.

ഇംഗ്ലീഷ് ഡയലോഗുകളുടെ പിരിമുറുക്കത്തിലാണെങ്കിലും സരളയും ആത്മാർത്ഥമായി ജീവിക്കുന്നത് ഒഥല്ലോയോടൊപ്പമുള്ള സ്റ്റേജിലെ ഒന്നരമണിക്കൂറിലാണ്. ഓഥല്ലോയെയും ഷേക്സ്പിയറിനെയുമൊന്നുമറിയില്ലെങ്കിലും ഹോളിൽഷെഡ്‌ ക്രോണിക്കിൾസിനെയും ഷേക്സ്പിയർ മാധവേട്ടനെയും സരള ആത്മാർത്ഥമായി ബഹുമാനിക്കുന്നു.

മുപ്പത്തിനാല് കൊല്ലത്തനിടയിൽ ആദ്യമായി തെറ്റാതെ പഠിച്ച നാലുവരി ഷേക്സ്പിയർ ഡയലോഗ് കൊണ്ട് യാതൊരു റിസ്കും കൂടാതെ

സ്റ്റേജുകളിൽ നിന്നും സ്റ്റേജുകളിലേക്ക് പറന്ന് പറന്ന് സെലിബ്രിറ്റി ലൈഫ് കൊണ്ടാടുന്ന ജനാർദ്ദനന് ഇടക്കിടെ ഒരു 'പർഗേഷൻ' നടക്കുന്നത് ഒഥല്ലോയിലെ മർഡർ സീനിലൂടെയാണ്. ഡെസ്ഡിമോണയും കഴുത്തിനു പിടിക്കുമ്പോൾ തന്റെ മുൻ[illegible] ചാവുന്നത് [illegible] ഡെസ്ഡിമോണയാണെന്ന് മനക്കോട്ടകെട്ടും. ഒരുമണിക്കൂറേക്കെങ്കിൽ ഒരു മണിക്കൂറേക്ക് ആ മാരണം തന്റെ ലൈഫിലില്ലെന്ന് ആശ്വസിക്കാമല്ലോ. പാവം ഒറിജിനൽ ഡെസ്ഡിമോണ ജനുവേട്ടന്റെ ഒറ്റഷോയും ഒഴിവാക്കാതെ മഞ്ഞ് മുഴുവൻ [illegible] നന്ന് [illegible]. ഇടക്കൊരു പരാതിയുള്ളത് സരള ഡെസ്ഡിമോണയുടെ കെട്ടിപ്പിടുത്തം കുറച്ച് ഓവർ ആണെന്നു മാത്രമാണ്. മകൾ ഡെസ്ഡിമോണയുടെ ജീവിതം സമ്പന്നസുരക്ഷിതമാക്കാൻ വേണ്ട തത്രപ്പാടുകളുടെ പരിണിത ഫലമാണ് തനിക്കിപ്പോൾ കിട്ടിക്കൊണ്ടിരിക്കുന്ന തുച്ഛപ്രതിഫലമെന്ന് ഇയാഗോ ശശി കുറ്റപ്പെടുത്തിയപ്പോൾ ഇനിയെങ്കിലും നാക്ക് വടിച്ച് ഡയലോഗ് വൃത്തിയായും വ്യക്തമായും പറഞ്ഞാൽ സ്റ്റേജ് ഒന്നിന് അഞ്ഞൂറ് രൂപാ കൂട്ടിത്തരാം എന്നായി മാധവേട്ടൻ. പറയുമ്പോൾ സരളയെയും ഇരുത്തിനോക്കി. ഇടക്കിടെ ഡയലോഗുകൾ പറയാൻ മറന്ന് ഒഥല്ലോയെ കെട്ടിപ്പിടിക്കുന്നതിൽ മാത്രമാണ് നായിക ശ്രദ്ധകേന്ദ്രീകരിക്കുന്നത് എന്ന കാര്യം കഥ, തിരക്കഥ, സംഭാഷണം, സംവിധാനം, നിർമ്മാണം ഹോളിൽ ഷെഡ് ക്രോണിക്കിൾസ് ഷേക്സ്പിയർ മാധവൻ തിരിച്ചറിഞ്ഞിട്ടുണ്ട് എന്ന് സരളയെ മൗനമായി അറിയിക്കുകയാണ് ആ ഇരുത്തി നോട്ടത്തിന്റെ ലക്ഷ്യം.

തങ്ങളുടെ രണ്ടുപേരുടെയും ആഗ്രഹങ്ങൾ ഈ ജൻമത്ത് നടക്കാൻ പോകുന്നില്ലെന്ന് വ്യക്തമായറിയുന്ന അവർക്ക് നോ മോർ ആർഗ്യംമെന്റ്സ്.

സരളയിലെ ഡെസ്ഡിമോണ ഇടക്കിടെ ഒഥല്ലോയുടെ സ്നേഹത്തിന് കൊതിക്കുന്നുണ്ടെന്ന ഗവേഷണ പ്രബന്ധം ഒറിജിനൽ ഡെസ്ഡിക്ക് മുൻപിൽ അവതരിപ്പിച്ചത് ഇയാഗോയാണ്. ഇങ്ങനെ പോയാൽ ഹോളിൻ ഷെഡിന്റെ ഭാവിതീരുമാനിക്കുന്നത് സരളയിൽ പിറക്കുന്ന കാൽപൂർണിയയോ. ജൂലിയസ് സീസറോ ആയിരിക്കുമെന്നു കൂടി മഹാകെണി വിത്തിട്ടാണ് ഇയാഗോ മുണ്ടു മടക്കി കാൽനീട്ടി വെച്ച് നടന്നത്.

ഡെസിയുടെ കണ്ണിൽനിന്നും പകയുടെ കണ്ണീരുറ്റി. ഓ! വാട്ട് എ ഹെൽ ഈസ് ദിസ്! ഡെസി തലയ്ക്ക് രണ്ട് കൈയും കൊടുത്തിരുന്നു. ജാനകിയേടത്തിയിലൂടെ വിഷയമറിഞ്ഞ ഷേക്സ്പിയർ ഉള്ളിൽ ഞെട്ടിയെങ്കിലും പുറമേ പൊട്ടിച്ചിരിച്ചു. കഥാപാത്രങ്ങൾ അരങ്ങിൽ ജീവിക്കണം. ഒരു സംവിധായകനെന്ന നിലയിൽ താൻ അംഗീകരിക്കപ്പെട്ടിരിക്കുന്നു.

അദ്ദേഹം ഉറക്കെ പറഞ്ഞു.

'ലൈഫ് ഈസ് എ ഡ്രാമ. ഓൾ ആൾ ആക്ടേഴ്സ്. കം ലെറ്റ്സ് സ്റ്റേജ് അവർ റോൾ'

കല്ലുവെട്ടുകാരൻ ചാത്തുക്കുട്ടിയുടെ കൂടെ ഒളിച്ചോടി പോകാൻ തീരുമാനിച്ച്, പിന്നെ തീരുമാനം പിൻവലിച്ച് വീട്ടുകാരുടെ ഇഷ്ടത്തിനനുസരിച്ച് മാധവേട്ടന്റെ ഭാര്യാത്വം സ്വീകരിച്ച നിമിഷത്തെ, ഇന്നത്തേതും കൂടി കൂട്ടിയാൽ രണ്ടായിരത്തി ഒന്നാമത്തെ തവണയാണ് ജാനകിയേടത്തി പ്രാകിയത്. ജാനകിയേടത്തി അഞ്ചാംക്ലാസിൽ പഠിക്കുമ്പോൾ അമ്മ ആറാമതും പെറ്റപ്പോഴാണ് പഠിത്തം നിർത്തി ഏച്ചിൽ താളി ഇടിച്ച് പിഴിഞ്ഞ് പാത്രത്തിലാക്കി അച്ചമ്മയ്ക്ക് കുളിക്കാനൊരുക്കി കൊടുക്കാൻ തുടങ്ങിയത്. പോരാത്തതിന് താഴെയുള്ള നാലെണ്ണത്തിനെ തീറ്റിക്കണം. കുളിപ്പിക്കണം, ഉറക്കണം. ഉ[illegible]ക്കണം, ഏഴാമത്തെ ഗർഭത്തിന്റെ എട്ടാം മാസത്തിൽ ഗർഭപാത്രം പുറത്തേക്ക് തള്ളിവന്ന് കുട്ടിയും തള്ളയും ഒന്നിച്ച് മരിച്ചപ്പോൾ മുതൽ താഴെയുള്ള അഞ്ചെണ്ണത്തിന്റെ തള്ളയുമായി. അപ്പോഴേക്ക് വയസ് പതിനാറായി. ചാത്തുകുട്ടിയുമായി ഒളിച്ചോടാൻ തീരുമാനിച്ചതിന്റെ തലേന്നാണ് മാധവേട്ടൻ പെണ്ണ് കാണാൻ വന്നത്. 'ഗുഡ് ലുക്കിംഗ് ഹാന്റ്സം മാൻ' സ്പീക്കിംഗ് ഇംഗ്ലീഷ്'

ഷേക്സ്പിയർ മാധവൻ ബി.എ ലിറ്ററേച്ചർ!. ജാനകിയേടത്തി കോൾമയിൽ കൊണ്ടുപോയി. ചാത്തുക്കുട്ടി കാത്തിരുന്ന് ഉറക്കൊഴിഞ്ഞത് മിച്ചം.

അണ്ടിയോടടുത്തപ്പോഴാണ് പുളിയറിഞ്ഞത് എന്നു പറഞ്ഞതുപോലെ ജാനകിയേടത്തിക്ക് കാര്യഗൗരവും പിടികിട്ടിയത് കല്യാണം കഴിഞ്ഞ് മാസം രണ്ട് കഴിഞ്ഞപ്പോഴാണ്. ഡിഗ്രി, ഡിഗ്രീ എന്നു പറഞ്ഞാൽ അച്ഛന്റെ മുറിയിലെ കാലുമ്മേൽ പെട്ടിയുടെ വിലപോലുമില്ലാത്ത ഒന്നാണ്. അകത്തെ ചുവരുകളിലെല്ലാം ഫ്രെയിം ചെയ്തു വച്ചിരിക്കുന്ന സർട്ടിഫിക്കറ്റുകളിൽ 'ഷേക്സ്പിയർ ഡ്രാമ' എന്ന് ജാനകിയേടത്തി കൂട്ടിവായിച്ചത് മിച്ചം. ഷേക്സ്പിയർ എന്നൊരു ഫോറിൽ ബാധപിടികൂടിയിരിക്കുന്ന മകനെ ജീവിതയാഥാർത്ഥ്യത്തിലേക്ക് മടക്കി കൊണ്ടു വരുന്നതിന്റെ ഭാഗമായിട്ടാണ് താനുമായിട്ടുള്ള കല്യാണം. ജാനകിയേടത്തിയുടെ ഐശ്വര്യത്തിന്റെ ഫലമായി വന്ന് കയറിയതിന്റെ ആറാംദിവസം പോസ്റ്റ്മാൻ ഒരു അഡൈ്വസ് മെമ്മോയുമായി സൈക്കിൾ ബെൽ നീട്ടിയടിച്ചു. ഒപ്പിട്ടു വാങ്ങിയ മാധവേട്ടന്റെ മുഖത്ത് ഒരു ഡിലേമ തത്തിക്കളിച്ചു. 'ററു ബി... ഓർ നോട്ട് ററു ബി. ദാറ്റ്സ് ദ ക്വസ്റ്റ്യൻ' മാധവേട്ടൻ ചിന്താമഗ്നനായി പിറുപുറുത്തു.

ലാസ്റ്റ് ഗ്രേഡ് സർവ്വന്റ് അപ്പോയിന്റ്മെന്റാണ്. ജാനകിയേടത്തി അന്നാദ്യമായി ഇംഗ്ലീഷ് പറഞ്ഞു.

'ററു ബീ...'

പക്ഷേ അന്ന് രാത്രി ഷേക്സ്പിയർ, മാധവേട്ടന്റെ സ്വപ്നത്തിൽ വന്ന് 'നോട്ട് റ്റ ബി' പറയുകയും പിറ്റേന്ന് തന്നെ വീടിന്റെ ചെരുവിന്റെ അകത്ത് ഒരു മേശയും രണ്ടു കസേരയും പുതുതായി വാങ്ങിയിടുകയും ചെയ്തു. പുറത്ത് വലിയൊരു ബോർഡ്: ഹോളിൽ ഷെഡ് ക്രോണിക്കിൾസ് തിയേറ്റർ." ജാനേകിയേടത്തിയുടെ ചൈനാസിൽക്ക് സാരി രണ്ടെണ്ണം മുറിച്ച് ജൂലിയസ്. സീസറിനും, ആന്റണിക്കും, ബ്രൂട്ടസിനും ഉടുപ്പുകളുണ്ടാക്കി. കിരീടങ്ങൾ, കുന്തങ്ങൾ, വാളുകൾ, പരിചകൾ...

ആയിടക്കാണ് ജാനകിയേടത്തി പെറ്റത്. [illegible] പേരിടാനോങ്ങിയ അച്ഛനെ തടഞ്ഞ് മാധവേട്ടൻ 'ഡെസ്ഡിമോണ' എന്ന് നീട്ടിവിളിച്ചു. ആരും ഞെട്ടിയില്ല. ഇനിയുള്ള മക്കളെയും കാത്തിരിക്കുന്ന പേരുകളോർത്ത് പ്രായോഗിക ബുദ്ധിക്കാരിയായ ജാനകിയേടത്തി ആറു മാസത്തിലൊരിക്കൽ എന്ന കണക്കിന് ക്രൂരമായി നാല് അബോർഷൻ നടത്തി. അബോർഷൻ വ്യാപകമായി പ്രോത്സാഹിപ്പിക്കുന്ന കാലമാണ്. അന്ന് മാധവേട്ടൻ വികാരാധീനനായി അദ്ദേഹം ജാനകിയേടത്തിയോട് പറഞ്ഞു. "ഓൾ ദ പെർഫ്യൂംസ് ഓഫ് അറേബ്യ കാണ്ട് സ്വീറ്റ് ദ ബ്ലഡ് ഓഫ് യുവർ ആം"

ജാനകിയേടത്തി കൂസാതെ ആ മുദ്രാവാക്യമങ്ങ് മൊഴിഞ്ഞു..

"നാം രണ്ട്... നമുക്ക് ഒന്ന്"

ജാനകിയേടത്തിയെ അലിയിക്കാനാവാത്ത കഥാർസിസ് മാധവേട്ടന്റെ കണ്ണിലൂടെ ഒഴുകിയപ്പോൾ ജാനകിയേടത്തി തന്റെ മിഷൻ സക്സസ് ആയ സന്തോഷത്തിൽ പുഞ്ചിരിച്ചു.

ഡെസിയിലും ജനവിലും പ്രതീക്ഷയർപ്പിച്ച് മാധവേട്ടൻ സ്വപ്നം കാണാൻ തുടങ്ങി. മുറ്റത്ത് കൂടി ഓടിക്കളിക്കുന്ന മിറാന്റയും, കാൽപൂർണിയയും ക്ലിയോപാട്രയും... ജൂലിയസ് സീസർ... ആന്റണി... ബ്രൂട്ടസ്.. ഒരു ഷേക്സ്പിരീയൻ കുടുംബം... അവരിലൂടെ യുഗ യുഗാന്തരങ്ങളായി നിലകൊള്ളുന്ന ഹോളിൽ ഷെഡ് ക്രോണിക്കിൾസ് തിയേറ്റർ... ഈ ജന്മം സായൂജ്യമണയാൻ ഇനിയെന്തു വേണം. രാത്രിയിലെ തകർത്തഭിനയത്തിനു ശേഷം പകൽവെളിച്ചത്തിൽ കണ്ണുകളിറുക്കിയടച്ച് കിടന്നുറങ്ങുമ്പോഴാണ് ഡെസ്ഡിമോണ ജനുവിനെ കലുക്കി വിളിച്ചത്. ഡെസി സ്വതവേ കറുത്ത മുഖം ഒന്നുകൂടി കറുപ്പിച്ച് തന്റെ ഡിമാന്റ് മുഖവുരയില്ലാതെ അവതരിപ്പിച്ചു. 'എനിക്കൊരു ക്ലിയോപാട്രയെ വേണം'.

ഒഥല്ലോ ഉറക്കത്തിൽ നിന്നും അമ്പരപ്പിൽ നിന്നും മുക്തനാവാതെ അവളെത്തന്നെ നോക്കി. കൂടുതലൊന്നും പറയാതെ നിന്ന നിൽപിൽ ഇട്ടിരിക്കുന്ന നൈറ്റി അവൾ വലിച്ചൂരിയെറിഞ്ഞതും ഫ്യൂസ് പോയതുപോലലെ ഒഥല്ലോയുടെ കണ്ണിൽ ഇരുട്ടടച്ചതും ഒന്നിച്ചായിരുന്നു.

യൂണിറ്റി ഓഫ് ടൈം!

അകത്തത് ഏതാണ്ടെന്തെങ്കിലുമൊക്കെ സംഭവിക്കുന്ന പ്രതീക്ഷയോടെ ഹോളിൻ ഷെഡിന്റെ ഓഫീസ് മുറിയിലായിരുന്ന മാധവേട്ടൻ കിംഗ് ലിയറിലെ 'യൂനിറ്റി ഓഫ് ആക്ഷൻ' ഒന്ന് കൂടി വിശദമായി വായിച്ച് പുഞ്ചിരിച്ചു.

അന്ന് രാത്രി ഒഥല്ലോ പറഞ്ഞ ഡയോളുകൾക്കൊന്നും തന്നെ ജീവനില്ലാത്തതുപോലെ തോന്നിയത് സരളക്കു മാത്രമല്ല, ഇയാഗോക്കുമല്ല, മാധവേട്ടനും കൂടിയായിരുന്നു. ജനുവിന്റെ മുഖത്ത് നിന്നും ഒഥല്ലോ ഒളിച്ചോടിപ്പോയിരിക്കുന്നു. ജനു നിസ്സഹായനായ ഒരു ഒഥല്ലോയായിരിക്കുന്നു. അപ്പോഴാണ് മനസ്സാ വാചാ കർമ്മണാ താനറിയാതെ ഒരു ഡയലോഗ് ഒഥല്ലോയിൽനിന്നും വന്നത്.

"ലൈഫ് ഈസ് എ ഡ്രാമ, ഓൾ മെൻ ആർ ആക്ടേഴ്സ്.

ഓൾ ദ വേൾഡ്സ് എ സ്റ്റേജ്'

ആൻഡ് ഓൾ ദ മെൻ ഏൻഡ് വിമൻ മിയർലി പ്ലെയേഴ്സ്..."

ജനുവിന്റെ ആത്മാർത്ഥതകണ്ട് ഇയാഗോക്ക് കരച്ചിൽ വന്നു,

ഒഥല്ലോ പറയുന്ന വാക്കുകൾ നോക്കിപ്പിടിച്ച് അവയുടെ തുടക്കവും ഒടുക്കലും തിരിച്ചറിഞ്ഞ് തത്തപറയുന്നതുപോലെ ബൈഹാർട്ടു ചെയ്തു വച്ച മുത്തമണി ഡയലോഗുകൾ പൊഴിക്കാൻ മാത്രം ശീലിച്ച ഡെസ്ഡിമോണ ഒന്നു പതറി എന്നു മാത്രമല്ല അക്ഷരാർത്ഥത്തിൽ കുഴങ്ങി.ഡയലോഗ് കിട്ടാതാവുമ്പോൾ ഉപയോഗിക്കുന്ന ആ സ്ഥിരം 'അടവ്' വളരെ നേരത്തെ തന്നെ പ്രയോഗിച്ചു.. ഒഥല്ലോയെ മുറുകെ കെട്ടിപ്പിടിച്ചു കൊണ്ട് സരള നിസ്സഹായയായി നിന്നു. ഡെസ്ഡിമോണ ഗാഢാലിംഗനം ചെയ്തു കൊണ്ട്, സ്നേഹത്തോടെ തലയിൽ തലോടിക്കൊണ്ട് ഒഥല്ലോ പ്രൗഢഗംഭീരമായി തത്വജ്ഞാനം ചൊരിഞ്ഞു.

'ലൈഫ് ഈസ് ഐ ടെയ്ൽ, ടോൾഡ് ബൈ ഏൻ ഇഡിയറ്റ്, ഫുൾഓഫ് സൗണ്ട് ആൻഡ് ഫ്യൂരി സിഗ്നിഫൈ നത്തിംഗ്.'

ഇതിനൊക്കെ തിരിച്ചെന്തു സമാധാനമാണ് പറയേണ്ടതെന്നറിയാതെ വിയർത്ത സരളാ ഡെസ്ഡിമോണ തീപിടിച്ച കെട്ടിപ്പിടുത്തം വിടാതെ ഒഥല്ലോയോട് പതുക്കെ ചോദിച്ചു.

"ഞാനേത് ഡയലോഗാണ് ഇനി പറയാ"?

ഒഥല്ലോ അപ്പോഴാണ് ബോധമണ്ഡലത്തിലേക്ക് തിരിച്ചുവന്നത്. വാവിട്ട വാക്കിന് കൈവിട്ട മുട്ട മൂന്നെണ്ണം ലക്ഷ്യം തെറ്റി ഇയാഗോയുടെ മുഖത്ത് ഫേഷ്യൽ ചെയ്തുനിൽക്കുന്നുണ്ടായിരുന്നു അപ്പോഴേക്കും ഷേക്സ്പിയർ മാധവേട്ടൻ നെഞ്ചിടിപ്പോടെ ഒരു കാര്യം തിരിച്ചറിഞ്ഞു. ഷേക്സ്പിരീയൻ നാടകങ്ങളിൽ താനല്ലാതെ മറ്റാരൊക്കെയോ കൂടി ഡിഗ്രിയെടുത്തിരിക്കുന്നു!

മാധവേട്ടൻ അറിയാതെ പറഞ്ഞുപോയി. 'ഫെയർ ഈസ് ഫൗൾ

ഏൻഡ് ഫൗൾ ഈസ് ഫെയർ''

ഉള്ളിലുറങ്ങിക്കിടന്നിരുന്ന ഷൈലോക്കിനെ അന്നാണ് മാധവേട്ടൻ മൂന്നുപേർക്കും പരിചയപ്പെട്ടുത്തിക്കൊടുത്തത്. തന്റെ വ്യക്തിത്വത്തിന് ഡെമോക്ലീസിന്റെ വാള് കൊണ്ട് വെട്ടേറ്റ ഒരു ഫീലിംഗ് ഒഥല്ലോനില്ലുണ്ടായതിൽ തെറ്റില്ല.ഈ [illegible] ഹർട്ട് ചെയ്ത ഷേക്സ്പിയർ അമ്മായിഅപ്പനെ ഒരു പാഠം പഠിപ്പിക്കണം.

റിവഞ്ച് ഈസ് റിവഞ്ച്. കുടിപ്പക...

ഒഥല്ലോ മുണ്ട് മടക്കിക്കുത്തി വീട്ടിനകത്തുകയറാതെ മുറ്റത്ത് നിന്ന് നീട്ടി വിളിച്ചു.

ഡെസീ... എടീ ഡെസ്ഡിമോണേ...

പ്രാണനാഥൻ തനിക്കു നല്കിയ പരമാനന്ദ രസത്തെ അയവിറക്കിക്കൊണ്ട് ഇന്നേക്ക് മൂന്നായി ഡെസി കട്ടിലിൽ നിന്നിറങ്ങിയിട്ട്, പല്ല് തേച്ചിട്ട്... പോട്ടെ ഒന്ന് കുളിച്ചിട്ട്.

ജനേട്ടൻ ഒരു സീസറാണ്. ജൂലിയസ് സീസർ. മത്തി മുറിച്ച കൈ കഴുകാതെ ജാനകിയേടത്തി ഉമ്മറത്ത് വന്നെത്തി നോക്കി. മാധവേട്ടന്റെ ഉന്നതവിദ്യാഭ്യാസം കണ്ട് പേടിച്ച് വെറും പത്താംക്ലാസ് കൊണ്ട് ഏക മകളുടെ പഠിത്തം നിർത്തിച്ചത് പേടികൊണ്ടായിരുന്നു. ഷേക്സ്പിയർ എന്ന ഒറ്റ മനുഷ്യനെ പേടിച്ചിട്ട്. എന്നിട്ടെന്തായീ? ഒഥല്ലോ തന്നെ വന്നവളെ കെട്ടി.

ജനു ഒന്നുകൂടി തൊണ്ടയുയർത്തി നാലുപുറത്ത് ഉള്ളവരും കൂടി കേൾക്കാൻ തക്കവണ്ണം വിളിക്കാനിരിക്കെ ഡെസി അഴിഞ്ഞുലഞ്ഞ മുടിയുമായി ചുണ്ട് കടിച്ചുവച്ച് ചിരിച്ചുകൊണ്ട് വന്നു. ജനേട്ടൻ ആകെ മൊത്തം ചൂടിലാണ്. ആ ചെമ്പരത്തിക്കവിളുകൾ ഒന്നുകൂടി ചുവന്നിരിക്കുന്നു.

ദേഷ്യം വരുമ്പോൾ എന്തു രസാ കാണാൻ.

'ആവശ്യമുള്ളതെല്ലാം വേഗം എടുത്തിറങ്ങിക്കോ. അത്യാവശ്യമുള്ളത് മാത്രം. ഇനി നമുക്ക് വേറെ താമസിക്കാം. ജീവിതം വേറെ, ജോലി വേറെ'

ആന്റണിയുടെ വാളിന് സിൽവർ പേപ്പർ ഒട്ടിക്കുകയായിരുന്ന മാധവേട്ടൻ കേട്ടു. പക്ഷേ കുലുങ്ങിയില്ല.

ഡെസി നിന്നനിൽപ്പിൽ വാ പൊളിച്ചു പോയി- 'അമ്മയില്ലാതെയെങ്ങനെ മീൻ കറിവെക്കും? അച്ഛനില്ലാതെയെങ്ങനെ ജനേട്ടന് ബർത്ത്ഡേക്ക് ഷർട്ട് വാങ്ങും?'

'അത്യാവശ്യമുള്ളത് മാത്രം എടുത്തിട്ട് വാടീ' ഒഥല്ലോ അലറി.

ഡെസി അകത്തേക്കോടിയപ്പോൾ അസ്തപ്രജ്ഞയായി നിൽക്കുന്ന അമ്മയെ കണ്ടില്ല. യൂലിസസ് വെട്ടിയിട്ട പടയാളിയെപ്പോലെ ഷേക്സ്പിയർ വീഴാൻ പോയി. പക്ഷേ വീഴാതെ പിടിച്ചുനിന്നു.

അത്യാവശ്യം സാധനങ്ങൾ എടുക്കാൻപോയ ഡെസി ഒരു കവറുമാത്രം എടുത്ത് വരുന്നത് കണ്ട് ജനു ഞെട്ടി. പോരാത്തതിന് മുറ്റത്തിറങ്ങി ചെരുപ്പിട്ടപ്പോൾ കയ്യിലുണ്ടായിരുന്ന നാല് സ്വർണവളകളും അഞ്ച് പവന്റെ മാലയും തള്ളവിരലൊഴികെ നിറഞ്ഞു നിന്ന സ്വർണമോതിരങ്ങളും ഊരി അമ്മയെ ഏൽപിച്ചതോടെ ഒഥല്ലോയുടെ തലയിൽ ഷോക്കടിച്ചു.

'തീപിടിച്ച പോലയാ. എവിടേലും വീണു പോയാൽ അച്ഛനാണ് നഷ്ടം' ഡെസി ഗൗരവം വിട്ടില്ല. ജനുവിന് തലചുറ്റി. അത്യാവശ്യമെന്നവൻ പറഞ്ഞത് അലമാരയിലെ സ്വർണമാണെന്ന് ഊഹിക്കാനുള്ള വേവ് ലെങ്ങ്ത് അവൾക്കില്ലാതെ പോയത് തന്റെ മാത്രം കുറ്റമാണ്. തന്റെ മാത്രം കുറ്റം.

"കവറിലെന്താ?" ഒഥല്ലോ കൂർപ്പിച്ചാണ് ചോദിച്ചത്.

"ഷഡീം, ബ്രേസിയറും. മിനിഞ്ഞാന്ന് വാങ്ങീതാ, വെറുതെയാക്കണ്ടല്ലോ?" ഡെസിയിലെ കുടുംബസ്ഥ തലപൊക്കി.

"ദാറ്റ് ഈസ് ബെറ്റർ റ്റു ഹാവ് എ സെർവന്റ്സ് ടീത്ത് ദാൻ എ താങ്ക് ലെസ് വൈഫ്." തിരിച്ചുവിളികൾ പ്രതീക്ഷിച്ചുകൊണ്ട് മുന്നോട്ട് പത്തുക്കെ നടന്നപ്പോൾ ഡെസിയാണ് ധൃതിയിൽ മുമ്പിൽ നടന്നത്. നേരമിരുട്ടുന്നതിന് മുമ്പ് ഒരു ഹോട്ടൽ കണ്ടു പിടിക്കണം.

'റിസോർട്ടായാലോ?' ഡെസി പ്രതീക്ഷയോടെ നോക്കി.

'നിക്ക് കബ്സ മതി' ഡെസ്ഡിമോണ തന്റെ മെനു ഉറക്കെ പ്രഖ്യാപിച്ചു.

ഒഥല്ലോയപ്പോൾ ഇയാഗോയുടെ നമ്പർ തപ്പുകയായിരുന്നു. സേവ് ചെയ്യാൻ മറന്നുപോയി. അൺ ഇംപോർട്ടന്റ് പേഴ്സൺസിന്റെ നമ്പറൊന്നും ഒഥല്ലോ സേവ് ചെയ്യാറില്ല.

എവിടേക്ക് പോകും?

തന്റെ വീടെവിടെയായിരുന്നു?

എന്നാലും പ്രായപൂർത്തിയായ ഒരു പെണ്ണിനെ ഇറക്കിക്കൊണ്ടുവരുമ്പോൾ തള്ളേം തന്തേം കയ്യു കെട്ടി നോക്കിനിന്നല്ലോ.

'യൗവ്വനേ ഭർതൃരക്ഷതി' കഞ്ഞിയിലേക്ക് പപ്പടം പൊടിച്ചിടുമ്പോൾ മാധവേട്ടൻ നിറഞ്ഞുതുളുമ്പിയ കണ്ണുകളിലേക്ക് നോക്കിപ്പറഞ്ഞു. ജാനകിയേടത്തി മൂക്ക് ചീറ്റി.

ഒരൊറ്റ രാത്രികൊണ്ട് പ്രമോഷനായ ഇയാഗോ ഹോളിൻഷെഡിലിരുന്ന് ഒഥല്ലോയുടെ കടിച്ചാൽ പൊട്ടാത്ത ഡയലോഗുകൾ എഴുതിപ്പഠിക്കുകയാണപ്പോൾ. ഇത്രയും കാലം തന്റെ സ്വതസിദ്ധമായ സ്വഭാവംകൊണ്ട് കഴിഞ്ഞുകൂടി. ഇനിയത് പോരാതായിരിക്കുന്നു. ഇയാഗോ പെറുക്കി പെറുക്കി വായിച്ചു. "ഓ മൈ... ഓ മൈ... മൈ... ആർ യൂ സ്ലീപ്?" എ സ്ലീപ്? രണ്ട് മണിക്കൂർ മെനക്കെട്ടാൽ ഇയാഗോയെ

നല്ലൊരു ഒഥല്ലോയാക്കിമാറ്റാം, മാധവേട്ടൻ ഒരു നിറകൺചിരി ചിരിച്ചു. ഇയാഗോയിലെ ഒഥല്ലോയെ ഇന്നേവരെ ആരും കാണാതെ പോയി. നാളെ മുതൽ താനാണ് സരളയെ കെട്ടിപ്പിടിക്കാൻ പോകുന്നതെന്ന സന്തോഷത്തിൽ ഇയാഗോ മണി മണിയായി ഡയലോഗ് പൊഴിച്ചു. മാധവേട്ടൻ [illegible]. അദ്ദേഹം ശിഷ്യനെ ഉപദേശിച്ചു.

"ഒഥല്ലോയുടെ വാക്കുകൾ കേട്ട് ജനം കരയണം. അവരുടെ ഉള്ളിലുള്ള സങ്കടങ്ങൾ അണപൊട്ടിയൊഴുകി കരയണം. അതാണ് കഥാർസിസ്." തൊണ്ടിപ്പഴം, തൊണ്ടിപ്പഴം എന്നുകേട്ട അവസാനത്തിൽ ഇയാഗോ [illegible] ഒഥല്ലോ [illegible] തലകുലുക്കി.

റെയിൽവേ സ്റ്റേഷനിലെ പ്ലാറ്റ് ഫോം ടിക്കറ്റിന്റെ ബലത്തിൽ മത്സരിച്ച് കൊതുകിനെ കൊന്നുകൊണ്ടിരിക്കുന്ന ഒഥല്ലോയും ഡെസ്ഡിമോണയും ഇടക്കിടെ പരസ്പരം നോക്കി.

ഇടക്ക് പരസ്പരം നോക്കി.

ഇടക്ക് ഡെസി ഒരു സംശയം ചോദിച്ചു.

'മ്മള് മൂകാംബിക്കാണോ?'

ഒഥല്ലോ അവളെ ദഹിക്കുന്ന നോട്ടം നോക്കി.

'പളന്യാ?' ഡെസി കൊതുകിനെക്കൊന്ന ചോര ചുരിദാറിൽ തുടച്ചു.

ഒഥല്ലോ ആ ചോരയിലേക്ക് ഉറ്റ് നോക്കി. അവന്റെ ടെലിപ്പതി മണത്തറിഞ്ഞ സത്യം സരളയുടെ അറിയിപ്പിലൂടെ യാർത്ഥ്യമായത് ഉൾക്കൊള്ളാനാവാതെ, ഹൃദയം വിങ്ങി. ഇയാഗോയിലൊരു ഒഥല്ലോയുള്ള കാര്യം ആരെക്കാളും മുമ്പേ ജനുവിനറിയാവുന്നതാണ്. എല്ലാം ഇപ്പോഴാണ് ഒത്തുവന്നത്.

യൂണിറ്റി ഓഫ് ടൈം!

യൂണിറ്റി ഓഫ് ആക്ഷൻ

യൂണിറ്റി ഓഫ് പ്ലെയ്സ്!

പ്ലാറ്റ് ഫോമിലെ പൊട്ടിയ പൈപ്പിൽ നിന്നും കുതിച്ചുചാടുന്ന വെള്ളം തീർക്കുന്ന പതയിലേക്കു നോക്കി ഡെസി അത്ഭുതപ്പെട്ടു.

'ഹൗ എന്തൊരു ഫ്ലോയാണ്!'.

മാധവേട്ടനപ്പോൾ പുതിയ ഒഥല്ലോക്ക് ട്രാജിക്ക് ഫ്ലോ എന്താണെന്ന് പറഞ്ഞു കൊടുക്കുകയായിരുന്നു. കഥാപാത്രത്തിന്റെ പിടിപ്പുകേട് കൊണ്ട് സംഭവിക്കുന്ന ദുരന്തങ്ങൾ അനശ്വരനായ ഷേക്സ്പിയർ അവതരിപ്പിച്ചിട്ടുള്ള രീതികൾ കേട്ട് ശശി വായപൊളിച്ചു.

ഒഥല്ലോയെ മനസ്സിൽ ധ്യാനിച്ച് ദീർഘശ്വാസമെടുത്തത് ശശി മെല്ലെ ഉരുവിട്ടു.

ഹമാർഷ്യാ-ഹമാർഷ്യാ...

സെക്സിനേഷൻ

വനിതാ സമാജികരെല്ലാവരും കൂടി ഭരണപ്രതിപക്ഷമില്ലാതെ സഭയിൽ കുത്തിയിരിപ്പ് തുടങ്ങിയതോടെയാണ് കാര്യം കൈവിട്ടു പോയെത് സ്പീക്കർക്ക് ബോധ്യമായത്. ചട്ടവും മാമൂലും ലംഘിച്ച് ചരിത്രത്തിലാദ്യമായി പെണ്ണുങ്ങളെല്ലാം ഒന്നിച്ചത് പുരുഷ സാമാജികർക്ക് കണ്ണുതള്ളുന്ന കാഴ്ചയായിരുന്നു. പണ്ടെങ്ങാണ്ട് ആരോ പറഞ്ഞ, രണ്ട് തലയൊത്താലും നാല് മുലയൊക്കില്ലെന്ന ചൊല്ലിനെ കാറ്റിൽപ്പറത്തിയാണ് കുത്തിയിരിപ്പ്. തമാശയതല്ല, മുദ്രാവാക്യമില്ല! മുഷ്ടിചുരുട്ടലില്ല! നിരാഹരമില്ല! തടഞ്ഞുവയ്ക്കലില്ല!

നടുത്തളത്തിലിരുന്ന് മഹിളാമണികളുടെ ചുണ്ടുകളിൽ തത്തിക്കളിക്കുന്നതെന്താണ്? പ്രതിപക്ഷം കൊതിയോടെ നോക്കി. വിസിൽ!

ഭരണപക്ഷ വനിതാ അംഗങ്ങൾ മൂന്ന്. ഒന്ന് സംവരണം. ഒന്ന് ഘടകകക്ഷി, ബാക്കിയുള്ളത് ജനസമ്മിതി. നീട്ടിയടിക്കുന്ന വിസിൽ വിലസുന്നു. ഭരണപക്ഷം വിസിലുകൾ കൂട്ടിയൂതുമ്പോൾ പ്രതിപക്ഷം നാലുപേർ. അതായത്. സംവരണം ഒന്ന്, ഘടകകക്ഷികൾ രണ്ട്, ഒട്ടക്കത്തേത് കേന്ദ്രത്തിന്റെ പ്രത്യേക താൽപര്യം-എന്നിവർ നാലുതവണ നീട്ടിയൂതും. ആകെ മൊത്തം ഉത്സവപ്പറമ്പിലെ പിള്ളേരെപ്പോലെ ഒരുതാളവുമില്ലാതെ വിസിലൂത്ത്...

പീ...

പിപ്പിപ്പീ,...പീ....

സ്പീക്കർ മൈക്ക് തൊട്ടപ്പോഴേക്കും വിസിലുകൾ കൂട്ടക്കരച്ചിൽ തുടങ്ങി.

പീ...പീ... പിപ്പീപ്പീ...

കാര്യമറിയാതെ പ്രതിപക്ഷ നേതാവ് വലഞ്ഞതിലും ന്യായമുണ്ട്. തന്നോട് കൂറും സ്നേഹവുമുള്ള ഒരു വനിതാ നേതാവുമില്ലെന്ന ഞെട്ടിക്കുന്ന സത്യം പകൽവെളിച്ചം പോലെ നിന്ന് വിസിലടിക്കുന്നു. തത്ക്കാലം പൊട്ടൻ ആട്ടം കാണുന്ന കാര്യം ആരുമറിയണ്ട. എല്ലാം മുൻകൂട്ടി നിശ്ചയിച്ചതു പോലെ തന്നെ ഭാവത്തിൽ ഇരിക്കാം. അല്ലാതെ വേറെ നിവൃത്തിയില്ല. ഭാവം ഗൗരവം എന്ന മട്ടിൽ ഇരിക്കുമ്പോഴാണ് ദയനീയ ഭാവത്തിൽ ഉപപ്രതിക്ഷ നേതാവ് തോണ്ടിയത്.

എന്താപ്പോ കഥ?

അവരായി അവരുടെ പാടായി. നേരിട്ട് നമുക്ക് റോളില്ല. പ്രതിപക്ഷം എന്നാൽ അങ്ങനെയാണ്. ഒപ്പോസ് എവരിത്തിംഗ് ആന്റ് പ്രൊപ്പോസ്, നത്തിംഗ്. വിഷണ്ണാവസ്ഥയിലാണ് പലപ്പോഴും എഡിസന്റെ ബൾബ് കത്തിയത്. പ്രതിപക്ഷ നേതാവിന്റെ തലയിൽ ഇപ്പോഴാണ് കാര്യം കത്തിയത്.

വിസിൽ ബിൽ!

അവസാനത്തെ ഐറ്റമായതുകൊണ്ട് ഏതാണ്ട് എല്ലാവരും ഉറക്കത്തിന്റെ നിർവൃതിയിലേക്ക് ആഴ്ന്നിറങ്ങിയപ്പോഴാണ് ഭരണപക്ഷം വിസിൽ ബിൽ അവതരിപ്പിച്ചത്. വിസിൽ ബില്ലെന്നാൽ...

ഒരു കുടുംബത്തിലെ സ്ത്രീകളുടെ എണ്ണമനുസരിച്ച് റേഷൻകടയിലൂടെ നാലുമാസം കൂടുമ്പോൾ സൗജന്യമായി വിതരണം ചെയ്യുന്ന ഭക്ഷ്യേതര ഐറ്റമാണ് വിസിൽ. നവജാത ശിശുക്കൾക്ക് ആശുപത്രിയിൽ നിന്നും സൗജന്യമായി കൊടുക്കേണ്ടതാണ്. ഇനി സന്തോഷത്തിന് അറ്റൻഡർക്ക് പത്തുരൂപ കൊടുക്കാം. അത് ഗുണഭോക്താവിന്റെ മര്യാദ. ഇനിയഥവാ ആർക്കെങ്കിലും വിസിൽ കിട്ടിയില്ലെങ്കിൽ പ്രാഥമികാരോഗ്യകേന്ദ്രം മുഖേന ആശാവർക്കർമാർ കണക്കെടുപ്പ് നടത്തി പട്ടിക തരംതിരിക്കുന്നതാണ്. പട്ടിക ഒന്ന്- വിസിൽ ലഭിക്കാത്തവർ, പട്ടിക രണ്ട്-വിസിൽ ഗുണഭോക്താക്കൾ.

ഇനി വിസിലും പെണ്ണും തമ്മിലെന്തു സംബന്ധമെന്നാൽ...

പൊതുസ്ഥലങ്ങളിൽ സ്ത്രീകൾക്ക് ആണിന്റെ സംരക്ഷണം നൽകുന്ന ഒന്നാണ് ഈ വിസിൽ. ഒറ്റപ്പെട്ടുപോകുമ്പോൾ, ആക്രമിക്കപ്പെടും എന്നുറപ്പായാൽ വലിയ വിസിലടി ഒന്ന് ചെറിയ വിസിലടി രണ്ട് എന്ന താളത്തിൽ നീട്ടിയടിക്കുകയാണെങ്കിൽ പ്രതികളെ നാട്ടുകാരോ പോലീസോ കൈകാര്യം ചെയ്യുന്നതാണ്.

കുഞ്ഞുങ്ങൾ കമിഴ്ന്നുവീഴാൻ തുടങ്ങി തള്ള വിരൽ നക്കിക്കുടിക്കാൻ പ്രായമാകുമ്പോൾ മുതൽ വിസിലൂത്ത് പഠിപ്പിക്കേണ്ടതാണ്.

ഉദാഹരണത്തിന്

അച്ഛന് നീട്ടി വിസിൽ
അമ്മാവന് കുറുക്കി വിസിൽ
അയൽക്കാരന് രണ്ട് വിസിൽ
അധ്യാപകന് മൂന്ന് വിസിൽ
കൂട്ടുകാരന് അര വിസിൽ

ഇരുപത്തിയെട്ട് കെട്ട് എന്ന ചടങ്ങ് വിസിൽകെട്ട് എന്നാക്കി മാറ്റി അരഞ്ഞാണത്തോടൊപ്പം വിസിലും കെട്ടേണ്ടതാണ്.

വിസിലടിക്കാനുള്ള ട്രെയിനിംഗ് ഒരു വയസ് മുതൽ മാത്രമേ പ്രായോഗികതലത്തിൽ കൊടുക്കാനാവൂ എന്നാണ് ഹെൽത്ത് ഇൻസ്പെക്ടറുടെ അനുമാനം.

മുന്നരക്കോടി ജനതയുടെ വിസിലാവശ്യം കണക്കിലെടുത്ത് പേരെടുത്ത് പറയാനാഗ്രഹിക്കാത്ത ഒരു മന്ത്രിയുടെ അമ്മാവന്റെ മകൻ തിരുപ്പൂർ ബനിയൻ ഫാക്ടറി ഉപേക്ഷിച്ച് വിസിൽ മാനുഫാക്ചറിങ് യൂണിറ്റ് തുടങ്ങിയ കാര്യം ആരോ ചോർത്തിയോ?

വിനിതാസമാജികർ രോഷാകുലരായത് മറ്റൊന്നുംകൊണ്ടല്ല

തലസ്ഥാന നഗിരിയിലെ ബസ് സ്റ്റോപ്പിൽ വച്ച് മംഗള എന്ന യുവതിയെ അപമാനിച്ചത് കയ്യിലെ വിസിൽ തട്ടിപ്പറിച്ച് ചവിട്ടിപ്പൊടിച്ച ശേഷമാണ്. ബാഗിൽനിന്ന് വിസിൽ തപ്പിപ്പിടിച്ച് എടുത്തുനീട്ടിയപ്പോഴേക്കും അടിപ്പാവാടയുടെ ചരട് പൊട്ടിച്ചുകഴിഞ്ഞിരുന്നു. അപ്പോൾ ചോദ്യമിതാണ്-

ആര് വിസിലടിക്കും?
എപ്പോൾ വിസിലടിക്കും?

തലങ്ങും വിലങ്ങും വിസിലടി കേട്ടാൽ പുലി വരുന്നേ പുലി വരുന്നേ എന്ന കഥ പോലെയാവില്ലേ. അപ്പോൾ കേവലമൊരു രണ്ടുരൂപ അമ്പതുപൈസ വരുന്ന വിസിലാണോ പെണ്ണിന്റെ സുരക്ഷയ്ക്ക് സർക്കാർ ആശ്രയിക്കുന്നത്. ഉടനടി ബദൽ ബിൽ കൊണ്ടുവന്നില്ലെങ്കിൽ കക്ഷി മറന്ന് മരണം വരെ വിസിലടിച്ച് നിയമസഭ അലങ്കോലപ്പെടുത്തി കുത്തിയിരിക്കും. വിസിലുകൾ കൂട്ടക്കരച്ചിലാരംഭിച്ചു.

പീ...പീ... പീ...പീ... പീ.... പീ...

വിസിലൂത്ത് വകവയ്ക്കാതെ രണ്ട് ചെവിയുംപൊത്തി സ്പീക്കർ ഉറക്കം തൊണ്ടപൊട്ടി പറഞ്ഞു.

“ആന്റി സെക്സ് ഉച്ചകോടി ഉടൻ തന്നെ കൂടേണ്ടതിന്റെ ആവശ്യകത ഇനിയും ഭരണ-പ്രതിപക്ഷത്തിനു പറഞ്ഞുതരേണ്ടതുണ്ടോ?’’

സെക്സെന്ന് കേട്ടപ്പോഴാണ് എല്ലാവരുമൊന്ന് ഉഷാറായത്. ഇനി

വികസനവും പൊതുമരാമത്തും വനം കത്തിനശിച്ചതും ജപ്പാൻ പൈപ്പ് പൊട്ടിയതും മെഡിക്കൽ കോളേജ് സമരവുമൊന്നും ചർച്ചയ്ക്കെടുക്കുന്നില്ല. ഈ സെക്സിലൊരും തീരുമാനമുണ്ടാക്കിയിട്ടേ മുന്നോട്ടുള്ളൂ. വകുപ്പ് തിരിച്ച് പ്രതിനിധികളുടെ എണ്ണമെടുത്തു.

[illegible] രണ്ടുപേർ

വിദ്യാഭ്യാസം രണ്ട്

ടെക്നോളജി, വ്യവസായം രണ്ട്

ആഭ്യന്തരം രണ്ട്

നിയമം രണ്ട്

പട്ടികജാതി, ശിശുക്ഷേമം രണ്ടുവീതം

വനംവകുപ്പ്, വൈദ്യുത രണ്ട്(നിർബന്ധമില്ല)

യുവജനക്ഷേമം രണ്ട്

ഇനി തങ്ങളും തങ്ങളും കാര്യമൊന്നുമറിഞ്ഞില്ലേ രാമനാരായണ എന്ന മട്ടിലിരിക്കണ്ടാന്നു കരുതി ഒരോ വകുപ്പിൽനിന്നും രണ്ടുപേരെ ഉൾപ്പെടുത്താൻ നിർദേശിച്ച് ചീഫ് സെക്രട്ടറി ചൂണ്ടിക്കാണിച്ചിടത്തെല്ലാം മന്ത്രിമുഖ്യൻ നീട്ടി ഒപ്പിട്ടു.

ചർച്ചകൾ പൊടിപൊടിക്കുന്നു. വെള്ളക്കുപ്പികൾ പൊട്ടിക്കുന്നു, കുടിക്കുന്നു, കാലിയാക്കുന്നു, എയർകണ്ടീഷണർ ശ്വാസം വിടാതെ കറങ്ങിയിട്ടും ചർച്ചയുടെ മൂർധന്യതയിൽ മിക്കവാറും വിയർപ്പ് തുടച്ചു. കാര്യം സെക്സല്ലേ. സജാവമായില്ലെങ്കിൽ പിന്നെന്തിനു ജീവിക്കണം. ലൈംഗികാതിക്രമങ്ങളുടെ അടിസ്ഥാന കാരണം വിദ്യാഭ്യാസമില്ലായ്മയാണെങ്കിൽ പ്രൈമറി കരിക്കുലം ഒന്ന് തച്ചുടച്ച് വീണ്ടും വാർത്താലോ?

ഉദാഹരണത്തിന്.

എഞ്ചുവടിയും സ്വരാക്ഷരങ്ങളുമൊക്കെ പിന്നെ പഠിപ്പിക്കാം. പകരം നമ്മുടെ പിള്ളേരുടെ ടച്ചബിൾ ഏരിയയും നോൺ ടച്ചബിൾ ഏരിയയും ഒന്നാം ക്ലാസുമുതൽ തന്നെ വിശദമായി സ്മാർട്ട ക്ലാസ് റൂമിലെ പ്രൊജക്ടറിന്റെ സഹായത്തോടെ തന്നെ പഠിപ്പിക്കണം. ക്ലാസ്റൂമിലെ ചുവരിൽ കേരളത്തിന്റെ ഭൂപടവും, എ ട്ടു ഇസെഡ് ആൽഫബെറ്റുകളുമൊന്നും വേണ്ട. പകരം ടച്ചബിൾ ആൻഡ് നോൺ ടച്ചബിൾ ഏരിയ ബൈഹാർട്ട് ചെയ്യണം. അധ്യാപകർ ഇടയ്ക്കിടെ ചാർട്ട് നോക്കി സംയമനം പാലിക്കണം.

ഹൈസ്കൂളുകൾക്ക് $(A+B)^2$ ഉം $E=MC^2$ ഉം വേണ്ട. പകരം പ്യൂബേർട്ടിയും അനുബന്ധ പ്രശ്നങ്ങളും ഒരു വിഷയമാക്കണം. ഈസ്ട്രജൻ, ആൻഡ്രജൻ എന്നീ ഹോർമോണുകളെ നിലയ്ക്ക് നിർത്താൻ പഠിപ്പിക്കണം. ഒന്നാം സ്റ്റാർൻേർഡ് മുതൽ സൈക്കോളജി കൗൺസിലർ 1:5 എന്ന അനുപാതത്തിൽ നിർബന്ധമായും സ്കൂളുകളിൽ സേവനം

ചെയ്യണം.

ഫിനാൻസ് സെക്രട്ടറി പുതിയ ബാധ്യതരേഖപ്പെടുത്തി.

$(A+B)^2$ ഉം $E=MC^2$ ഉം ഇനി വേണ്ട എന്നതിനോട് ഭൂരിപക്ഷത്തിനും അഭിപ്രായമില്ല. ഇന്നേവരെ ഈ സമവാക്യങ്ങൾ കൊണ്ട് ഒരുപകാരവുമുണ്ടായിട്ടില്ലെങ്കിലും കൂട്ടത്തിലാരും തന്നെ ചുരുങ്ങിയത് പത്ത് തവണയെങ്കിലും ഇമ്പോസിഷനായി ഇതുരണ്ടും എഴുതാതിരുന്നിട്ടില്ല. തലമുറകളായിട്ടു കീഴവഴക്കം വേണ്ടാണ് വെക്കണോ?

വ്യവസായ വകുപ്പ് ടെക്നോളജിയുടെ സഹായത്തോടെ പുതിയൊരു കണ്ടുപിടിത്തവുമായാണ് ശ്രദ്ധയാകർഷിച്ചത് സെക്സ് ഡിറ്റക്ടർ!

ശരീരത്തിലെവിടെയും ഒളിപ്പിച്ചുവയ്ക്കാം. നനഞ്ഞാൽ നോ പ്രോബ്ലം. രണ്ടുവർഷത്തെ വാറണ്ടി. സെക്സ് സിറ്റക്ടർ ധരിച്ചിരിക്കുന്ന ആരെയെങ്കിലും അപായപ്പെടുത്താൻ ശ്രമിക്കുമ്പോൾ എതിരാളിയുടെ ഉദ്ദേശം തരംഗങ്ങളായി ഡിറ്റക്ടർ പിടിച്ചെടുത്ത് ഒരു വൈദ്യുത പ്രവാഹമുണ്ടാക്കുന്നു. എതിരാളി ഷോക്കടിച്ച് തരിച്ചുനിൽക്കും. ബാറ്ററി ഫുൾചാർജിലായിരിക്കണം. ദൂരയാത്രക്കാർക്ക് ഡിറ്റക്ടർ ചാർജ്ജ് ചെയ്യാൻ പെട്രോൾ പമ്പുകളിലോ കംഫർട്ട് സ്റ്റേഷനുകളിലോ സംവിധാനം സർക്കാർ ഏർപ്പാടാക്കേണ്ടതാണ്. ഡിറ്റക്ടർ അൽപം കോസ് റ്റ്ലി ആയതു കൊണ്ട് ബിപിൽഎൽക്കാർക്ക് സൗജന്യമായും എപിഎൽകാർക്ക് സബ്സീഡിയോടെയും വിതരണം ചെയ്യാവുന്നതാണ്. ഡിറ്റക്ടർ ശരീരത്തിൽ നിർബന്ധമായും ഉണ്ടാവേണ്ടതുകൊണ്ട് അതിന്റെ പെർമനന്റ് ഇംപ്ലാന്റിങ്ങിനെക്കുറിച്ച് ആരോഗ്യവകുപ്പിന് ആലോചിക്കാവുന്നതാണ്. തലവേദന ഇനിയുമുണ്ട്.

ടെണ്ടർ വിളിക്കണം.

ഒറിജിനൽ ഇറങ്ങുന്നതിനുമുമ്പ് ചൈനീസ് മാർക്കറ്റിൽ സാധനം ഇറങ്ങും.

ഈസ് ഇറ്റ് പ്രാക്ടിക്കലി പോസിബിൾ?

തമിഴ്നാട്ടിൽനിന്നുള്ള കോഴിയും കോഴിമുട്ടയും വിപണി കീഴടക്കിയതാണ് ഇതിലെനെല്ലാറ്റിനും കാരണം. ഈസ്ട്രജൻ ഹോർമോൺ കുത്തിവച്ച് കോഴിയെ തിന്ന് മുലകുടി മാറുമ്പോഴേക്കും പെൺകുട്ടികൾ തടിച്ചുകൊഴുത്തതാണ് പ്രശ്നം. ബിരിയാണി, നെയ്ച്ചോർ എന്നിവ നിരോധിക്കണം. പാരമ്പര്യ കൃഷിരീതിയും മുത്താറിയും പയറും തവരയും നിർബന്ധ ഭക്ഷണമാക്കണം. കൃഷിവകുപ്പ് നിലപാടറിയിച്ചു.

നാമക്കല്ലിൽ ഒരു ലക്ഷം കോഴികളുടെ ഫാം പ്രതിപക്ഷ എം.എൽ.എയ്ക്ക് ഉണ്ടെന്ന കാര്യം ആരാണ് ചോർത്തിയത്? അതുവരെ മിണ്ടാതിരുന്ന ആരോഗ്യവകുപ്പ് എഴുന്നേറ്റ് നിന്നതും എല്ലാവരും നിശബ്ദരായി.

പീഡനം, ബലാത്സംഗം അവിഹിതം. ശിഥില കുടുംബങ്ങൾ... എല്ലാറ്റിനും കൂടി ഒറ്റമൂലി.

ആന്റി സെക്സ് വാക്സിൻ!

മൈനാകത്തിലെ സരസയുടെ വായിൽനിന്നും ഹനുമാൻ പറന്നിറങ്ങിയതുപോലെ എല്ലാവരുടെയും വായിൽക്കൂടി ഒരീച്ച നിർഭയനായി പറന്നിറങ്ങി.

അൽപം അഹന്തയോടെ സെക്രട്ടറി വായന തുടർന്നു.

കുഞ്ഞ് ജനിച്ച് ഇരുപത്തിനാല് മണിക്കൂറിനുള്ളിൽ ആൺപെൺ വ്യത്യാസമില്ലാതെ ഫസ്റ്റ് ഡോസ് കൊടുക്കുന്നു. ബിസിജിയൊക്കെ പിന്നെ കൊടുക്കാം. വേണേൽ ഒരാഴ്ച കഴിഞ്ഞ്. തുടർന്ന് യഥാക്രമം ആറുമാസം കൂടുമ്പോൾ ഓരോ ഡോസ് വീതം നിർബന്ധമായും പ്രാഥമികാരോഗ്യ കേന്ദ്രത്തിൽനിന്നും കുത്തിവയ്പ്പായി എടുക്കേണ്ടതാണ്. ആന്റി സെക്സ് ഡോസ് ലൈഫ് ലോങ് വാക്സിൻ ഗണത്തിൽപ്പെടുത്തുന്നതുകൊണ്ട് ഒരു വ്യക്തിയുടെ മരണംവരെ ആറുമാസത്തിലൊരിക്കൽ ഡോസ് എടുത്തേ മതിയാകൂ. ജനിച്ചദിനം തന്നെ ബർത്ത് സർട്ടിഫിക്കറ്റിന് പകരം ആധാർകാർഡ് നിർബന്ധമാക്കണം. ആധാർകാർഡ് ഇപ്പോഴത്തെ എ ടി എം കാർഡുപോലെ ഒരു ഇലക്ട്രോണിക് സംവിധാനമുള്ളതായിരിക്കണം. ഈ കാർഡിൽ ലാസ്റ്റ് സോഡ് സേറ്റ് നിർബന്ധമായും രേഖപ്പെടുത്തണം. ആന്റി സെക്സ് വാക്സിൻ എടുക്കാത്തവരിൽ നിന്ന് പിഴ ഈടാക്കേണ്ടതും താഴെ പറയുന്നവ നിഷേധിക്കുകയും വേണം.

1. പത്താംതരം പരീക്ഷ എഴുതാനുള്ള യോഗ്യത
2. പി എസ് സി റാങ്കിലിസ്റ്റിൽ
3. പാസ്പോർട്ട്, ഡ്രൈവിങ് ലൈസൻസ്
4. ബാങ്ക്ലോൺ, വാഹന ലോൺ
5. ഹോട്ടൽ മുറികൾ, മറ്റ് വിനോദ സഞ്ചാര മേഖലകൾ

മേൽപ്പറയുന്നവ പ്രായോഗികമാക്കിയാൽ പീഡന വിമുക്ത രാജ്യമായി ഭാരതത്തെ പ്രഖ്യാപിക്കാം. അന്തം വിട്ടുനിന്നവരുടെ ചെവിയിൽ നാനാതരം ചോദ്യങ്ങൾ തേനീച്ചകളെപ്പോലെ മൂളിപ്പറന്നു.

അപ്പോൾ കല്യാണം? കുട്ടികൾ?

സെക്സില്ലതെന്ത് ലോകം?

സെക്സില്ലാതെന്ത് സിനിമ

കഥയും കവിതയും റൊമാൻസും സെക്സില്ലാതെയോ?

ഇതൊന്നുമില്ലാതെ വാർത്തയുണ്ടാവോ?

രാജിവെക്കലുണ്ടാവോ?

ആകെയുള്ള ഒരാശ്വാസമായ പോൺസൈറ്റുകളുണ്ടാവുമോ?

പ്രശ്നങ്ങളില്ലാതെയെന്ത് ഇടപെടൽ?

അപ്പോളീ വെള്ളമുണ്ടും ഷർട്ടും എക്കാലത്തേക്കും അഴയിൽ തൂക്കിയിടേണ്ടിവരില്ലേ?

സീൻ ആകെ കോൺട്രയാവുന്നോ?

അപ്പോൾ ബില്ലവതരിപ്പിക്കുകയാണ്. സമ്പൂർണ പീഡന നിർമാർജ ബിൽ

ആന്റി സെക്സ് വാകിസിൻ ജനനം മുതൽ മരണം വരെയുള്ള ആറുമാസങ്ങളിൽ ഇടവിട്ട്.. വിവാഹ പ്രായമാകുമ്പോൾ യഥാക്രമം ഈസ്ട്രജനും ആൻഡ്രജനും സ്ത്രീപുരുഷന്മാരിൽ സൗജന്യമായി കുത്തിവയ്ക്കും ഗർഭിണിയാവുന്ന കാലയളവിൽ സ്ത്രീകൾക്ക് രണ്ട് ഡോസിൽനിന്നും ഒഴിവ്.

ഐ വി എഫ് സെന്ററുകൾ പ്രാഥമികാരോഗ്യകേന്ദ്രത്തിലെ സബ്സെന്ററായി പ്രവർത്തിക്കും. ബീജ സങ്കലകേന്ദ്രങ്ങളിൽ നിന്നും ദമ്പതിമാർക്ക് വേണ്ടുന്ന ബ്രീഡ് തെരഞ്ഞെടുക്കാം. ജഴ്സിപ്പശുവിന്റെയൊക്കെ ഉദ്പാദനക്ഷമത കണക്കിലെടുക്കുമ്പോൾ നമ്മൾ മനുഷ്യരിലും അങ്ങനെയൊരു സ്കോപ്പുണ്ട്. പ്രിയപ്പെട്ട സമാജികരേ ആ ബില്ലൊന്നു പാസാക്കിയാൽ ഈ വിസിലൂത്ത് ഒന്ന് നിർത്താമായിരുന്നു. വായക്കും ഒരു വിശ്രമമൊക്കെ വേണ്ടേ?

ആന്റി സെക്സ് വാക്സിനുള്ള പേറ്റന്റ് അമേരിക്ക ഉൾപ്പെടെയുള്ള രാജ്യങ്ങളിൽ നിന്നും ക്ഷണിക്കാവുന്നതാണ്. ഡോസ് എടുക്കാത്തപക്ഷം അഞ്ചുമുതൽ ഏഴ വർഷംവരെ കഠിന തടവും 50,000 രൂപ പിഴയും ചുമത്താവുന്നതാണ്.

●

ജഡ്ജിപെട്ടി

ആ പെട്ടിക്കു മുമ്പിൽ അവരെല്ലാവരും സ്തബ്ധരായി നിന്നു. പ്യൂൺ തന്ന കടലാസും പേനയും കയ്യിൽ പിടിച്ചുകൊണ്ട് ആരാദ്യം ആരാദ്യം എന്ന കൺഫ്യൂഷനോടെ പരസ്പരം നോക്കി. ആരും ഒന്നും മിണ്ടുന്നില്ല. എല്ലാവരും ഉൾവലിഞ്ഞ് നിൽക്കുന്നു. ചിലർകടലാസിൽ കുത്തിക്കുറിക്കുന്നു. അത് കാണാൻ മറ്റുള്ളവർ മത്സരിച്ച് തലയേന്തി നോക്കി. എഴുതിയവർ ഉടൻ തന്നെ അത് വെട്ടിക്കളയുകയും ചെയ്തു. ആരും ഒന്നും മിണ്ടുന്നില്ല, എല്ലാവരും ബദ്ധവൈരികളെപ്പോലെ നിന്നു. ഇങ്ങനെ ആയാൽ എന്ത് ചെയ്യും?.

"പെട്ടിയിലിട്ടവർ അകത്തേക്ക് ചെല്ലു".

പ്യൂൺ ആവർത്തിച്ചു കൊണ്ടേയിരിക്കുന്നു. അവൾ വാച്ചിലേക്ക് നോക്കി. ട്രെയിൻ പോകുമോ?

ഇന്നലെ രാത്രി കയറിയിട്ട് പുലർച്ചയാണ് എത്തിയത്. ഒരുവിധം ഫ്രഷായെന്ന് വരുത്തി തല്ലിപ്പിടിച്ചാണ് സമയത്തെത്തിയത്. തിരിച്ചങ്ങോട്ട് ഉച്ചക്ക് രണ്ട് മണിക്കുള്ള ട്രെയിൻ കിട്ടിയാലെ രാത്രി പത്താകുമ്പോഴേക്കും വീട്ടിലെത്താനാവൂ. പ്രതീക്ഷിച്ചതിലും ആളുണ്ട്. ജനസംഖ്യ കൂടുതലുള്ളതുകൊണ്ടാവാം. എവിടെപ്പോയാലും രണ്ട് കല്യാണത്തിനുള്ള ആളുണ്ടാവും.

"പെട്ടിയിലിട്ടവർക്ക് അകത്തേക്ക് ചെല്ലാം."

പ്യൂൺ വീണ്ടും ഓർമിപ്പിക്കുന്നു. എന്ത് ചെയ്യും? ഇങ്ങനെ നോക്കി നിന്നിട്ട് കാര്യമില്ല, തിരിച്ച് വീട്ടിലെത്തേണ്ടതാണ്. അല്പസമയം കൂടി കാത്തിരിക്കാം. ശ്ശൊ! ആരും പെട്ടി തൊടുന്നില്ല. എന്തൊരു കഷ്ടം! ഇനിയാരെയും കാത്തു നിന്നിട്ട് കാര്യമില്ല ഏകദേശം മനസ്സിൽ കണ്ട

അക്കമെങ്ങ് എഴുതിയിടാം. ആകെയുള്ളതും കാളപൂട്ടിയതും എന്ന് വിനുവേട്ടൻ പറയുന്ന ആ അക്കം മനസ്സിൽ നിറഞ്ഞ് നിൽക്കുന്നു. അതല്ലെങ്കിലും മറ്റുള്ളവർ എഴുതുന്നതും നോക്കി നിന്നിട്ടുകാര്യമില്ലല്ലോ. വിനുവേട്ടൻ പറഞ്ഞ അക്കത്തിൽ കൂടുതൽ എഴുതാൻ യോഗ്യയുമല്ല. എന്നാൽ പിന്നെ സമയം കളയണ്ട സ്ഥലം, സ്വർണ്ണം, ചിട്ടികൾ, ലോൺ എല്ലാം കൂടി പത്തൊൻപത്, പത്തൊൻപതും അഞ്ച് പൂജ്യവും എണ്ണി ഉറപ്പുവരുത്തി ഒറ്റ, പത്ത്, നൂറ്, ആയിരം, പതിനായിരം, ലക്ഷം, പത്തു ലക്ഷം, പത്തൊൻപത് ലക്ഷം, അക്കത്തിലും അക്ഷരത്തിലും എഴുതി അതിനുതാഴെ പേരും മേൽവിലാസവും ഫോൺ നമ്പറും ചേർത്തു. എന്നിട്ട് കടലാസ് നാലായി മടക്കി ഒരു ദീർഘനിശ്വാസത്തോടെ പെട്ടിക്കുമുമ്പിലേക്ക് നടന്നു. ഉള്ളിലൊരാന്തൽ, ഇരുപത് എഴുതണ മായിരുന്നോ? പെട്ടിയോടടുക്കുന്തോറും ഹൃദയമിടിപ്പ് കൂടി ഒന്നുകൂടി ആലോചിച്ചാലോ... വിനുവേട്ടനെ വിളിച്ചാലോ? വേണ്ട, എന്തിനാ പാവത്തിനെ ബുദ്ധിമുട്ടിക്കുന്നത്. പത്തൊൻപത് തന്നെ ആ ജീവനാന്തം വീട്ടിതീർക്കാൻ മാത്രമുണ്ട്. എന്ത് വന്നാലും വേണ്ടില്ല, പത്തൊൻപതിൽ തന്നെ ഉറച്ചുനിൽക്കാം. അവൾ നിസംഗത അഭിനയിച്ചുകൊണ്ട് അടക്കി പ്പിടിച്ച വെമ്പലോടെ നാലായി മടക്കിയ കടലാസ് പെട്ടിയിലേക്കിട്ടു.

വീട്ടിത്തടിയിൽ തീർത്ത പെട്ടിക്ക് തണുത്തുറഞ്ഞ നിർവ്വികാരത. അവളാ പെട്ടിയെ സൂക്ഷിച്ചു നോക്കി. എത്രപേരുടെ ഭാവി വിധിച്ചിരി ക്കുന്നു.! ഇനിയെത്ര വിധിക്കാനിരിക്കുന്നു!

തിരിച്ച് സീറ്റിലേക്കിരിക്കാൻ പോകുമ്പോഴാണ് അവൾ ചുറ്റും നിൽക്കുന്നവരെ ശ്രദ്ധിച്ചത്. എല്ലാവരും ശ്വാസമടക്കിപ്പിടിച്ചുകൊണ്ട് അവളെത്തന്നെ ഉറ്റുനോക്കി നിൽക്കുന്നു. സ്വബോധം തിരിച്ചുകിട്ടിയ പ്പോൾ അവർ ചോദ്യശരങ്ങളെറിഞ്ഞു.

“എത്രയാ?.. എത്രയാ ഇട്ടത്?.. എത്രയാ എഴുതിയത്?”

ചോദ്യങ്ങൾ ആവർത്തിക്കപ്പെട്ടു.

“പത്തൊ...”

അവളൊരു നിമിഷം ചിന്തിച്ചു. പിന്നെ പറഞ്ഞു.

“പതിനഞ്ച്.”

കൂടിനിന്നവരുടെ മുഖം തെളിഞ്ഞു. കൃത്യമായ അക്കങ്ങൾ മുമ്പിൽ തെളിഞ്ഞതുപോലെ അവർ ആശ്വാസം കൊണ്ടു. അവളെഴുതിയതിൽ കൂടുതലാണ് മറ്റുള്ളവരെഴുതുക. അതവൾക്കറിയാം. അവൾ കണക്കു കൂട്ടി. ചിലർ പതിനാറ്, ചിലപ്പോ പതിനേഴ്, അല്ലെങ്കിൽ പതിനെട്ട്, അതിൽ കൂടുതൽ പോയാൽ... അവളുടെ ഉള്ളൊന്ന് കാളി. പോയാൽ പോട്ടെ, എത്രകാലമായി ഇത്തരം പ്രതിസന്ധികൾ അനുഭവിക്കുന്നു. വരാനുള്ളത് വരട്ടെ!

അക്ഷമനായി നിന്ന പ്യൂൺ പിന്നെ ആക്ടീവായി. പെട്ടിയിലേക്ക് കടലാസ് വീഴുന്നതും കാത്ത് കുറേ നേരമായി അയാൾ കാത്തിരിക്കുന്നു. അവളെ കൈമാടി വിളിച്ച് അയാൾ പറഞ്ഞു.

“ദാ ആ ക്യാബിനിലേക്ക് പോയ്ക്കോളൂ.”

ശീതീകരിച്ച മുറിയിലേക്ക് കടന്നപ്പോൾ അകത്തെയും പുറത്തെയും ഉഷ്ണം ഒരു മാത്രകൊണ്ട് ഇല്ലാതായതുപോലെ തോന്നി. ഉള്ളിനൊരു കുളിർമ. ഐശ്വര്യമായ മുഖങ്ങൾ തൂവെള്ള ഷർട്ടിട്ട് പ്രൗഢഗാംഭീര്യത്തോടെ ഇരിക്കുന്നു. ടി.വി.യിൽമാത്രം കണ്ട ന്യൂനപക്ഷ സാമുദായ നേതാക്കൾ! ഹൃദ്യമായൊരു പ്ലാസ്റ്റിക് ചിരി ചുണ്ടിൽ പിടിപ്പിച്ചുകൊണ്ട് എല്ലാവരെയും വിഷ് ചെയ്തു. ഇന്റർവ്യൂബോർഡംഗങ്ങൾ ഇരിക്കാൻ പറഞ്ഞു പിന്നെ വിശേഷങ്ങൾ ആരാഞ്ഞു, പേര്, സ്ഥലം, പഠനം, വീട്, കുടുംബം, കുട്ടികൾ... എല്ലാറ്റിനും മണിമണിയായി ഉത്തരം പറഞ്ഞു. ഇടയ്ക്കൊരാൾ ചോദിച്ചു.

“കരയോഗം സെക്രട്ടറിയുടെ കത്തുണ്ടോ?”

കേട്ടയുടനെ ലാമിനേറ്റ് ചെയ്ത ‘റെക്കമെന്റേഷൻ ലെറ്റർ’ എടുത്തു കൊടുത്തു. ജാതിയുടെ പരിശുദ്ധിയിലായിരുന്നു വേറൊരാളുടെ ശങ്ക. തെക്കും വടക്കും തമ്മിലുള്ള പ്രാദേശിക വ്യത്യാസം മാത്രമാണതെന്നും അതൊഴിച്ചാൽ 916 ആണ് താനെന്നും അവളറിയിച്ചു.

“അടുത്ത ക്യാബിനിൽ സബ്ജക്ട് എക്സ്പേർട്ടുണ്ട്. അക്കാദമിക്ക് ആക്ടിവിറ്റീസ് ഡിസ്കസ് ചെയ്തോളൂ”

സൗമ്യനായ ഒരാൾ പറഞ്ഞു. ഒരിക്കൽ കൂടി എല്ലാവരെയും വിഷ് ചെയ്തുകൊണ്ട് അവൾ തന്റെ ഫയലുകളുമായി അടുത്ത ക്യാബിനിലേക്ക് നടന്നു എന്തൊരു പോസിറ്റീവ് എനർജിയാണ് ആ തേജസുറ്റമുഖങ്ങൾ തനിക്കു പകർന്നത്. അപാര കഴിവുതന്നെ.

“യെസ് ജയലക്ഷ്മി വരൂ ഇരിക്കൂ.”

തനിക്ക് മുമ്പേ ഫയൽ വാങ്ങി പ്യൂൺ സബ്ജക്ട് എക്സ്പേർട്ടിന്റെ മേശപ്പുറത്തെത്തിച്ചിരുന്നു.

അദ്ദേഹം തുടർന്നു. “MA, M Phil, Ph.D, NET” പബ്ലിക്കേഷൻസ് നാല് അതിലൊന്ന് ഇന്റർനാഷണൽ, ബെസ്റ്റ് പേപ്പർ അവാർഡുകൾ ആറ്, അതിൽ നാലെണ്ണം UGC സ്പോൺസേർഡ്, രണ്ടെണ്ണം പോസ്റ്റ് കോളോണിയൽ ലിറ്ററേച്ചറിൽ. എക്സലെന്റ് . Wow! റിസർച്ച് ഇന്ത്യൻ ഈസ്തെറ്റിക്സിൽ, ജയലക്ഷ്മി എന്തുകൊണ്ട് ഇത്രയും കാലം പ്ലെയ്സ്ഡ് ആയില്ല?”

പുറത്തെ പെട്ടിയാണ് മനസ്സുപറഞ്ഞ ഉത്തരം, പക്ഷേ മറുപടി

ഫാമിലി മാറ്റേഴ്സിലൊതുക്കി, സബ്ജക്ട് എക്സ്പേർട്ട് എ പ്ലസ്സോട് കൂടി വീണ്ടും ഇന്റർവ്യൂ ബോർഡിലേക്കു വിട്ടു. സമയം അതിക്രമിക്കുന്നു. അവൾ ആദ്യത്തെ ആളാണ്.

പുറത്ത് ഏകദേശം മുപ്പതോളം പേർ കാത്തിരിക്കുന്നു. ഇവരെയൊക്കെ എപ്പോഴാണ് തീർക്കുക? ഒരുപക്ഷേ തന്റേത് ആരംഭശൂരത്വമായിരിക്കും.

വളരെ സൗമ്യമായി സംസാരിച്ച ഒരാൾ ഹൃദ്യമായ ചിരിയോടെ ചോദിച്ചു.

"പുറത്തെ പെട്ടി കണ്ടിരുന്നോ?"

"ഉവ്വ്"

"എത്രയാ ഏകദേശം ഉദ്ദേശിച്ചത്?"

അദ്ദേഹം ശബ്ദം വളരെ മയപ്പെടുത്തിക്കൊണ്ട് ചോദിച്ചു. ഒരു നിമിഷം അവളുടെ തൊണ്ട വരണ്ടു

"പത്തൊൻപത്"

നേർത്ത ശബ്ദം ഒരാന്തലോടെ പുറത്തേക്കു വന്നു. പിൻഡ്രോപ് സൈലൻസ്!.

"പ്യൂണിന്റെ പോസ്റ്റിലേക്കല്ല ഇന്റർവ്യൂ. കോളേജ് അസിസ്റ്റന്റ് പ്രൊഫസർ തസ്തികയിലേക്കാ."

മുൻശുണ്ഠിക്കാരനെന്ന് തോന്നിക്കുന്ന കറുത്ത തടിച്ച മനുഷ്യൻ പറഞ്ഞു. വിവസ്ത്രയായതുപോലെ തോന്നിപ്പോയി. എന്തെങ്കിലുമൊക്കെ തിരിച്ചുപറയണമെന്നു തോന്നി. നാക്ക് കെട്ടിയിട്ടതുപോലെ ഒരു ശബ്ദവും വരുന്നില്ല. എല്ലാവരിലും മൗനം, അവൾ തന്റെ സ്വതസിദ്ധമായ പ്ലാസ്റ്റിക് ചിരി എടുത്തണിഞ്ഞു എന്നിട്ട് ഫയലുകൾ എടുക്കാൻ തുനിഞ്ഞപ്പോൾ കേട്ടു.

"ഒരാഴ്ചക്കകം റാങ്ക് ലിസ്റ്റിടും. അറിയിക്കാം."

അവൾ എല്ലാവർക്കും നന്ദി പറഞ്ഞു പുറത്തേക്ക് കടന്നു.

പുറത്തിറങ്ങേണ്ട താമസം അക്ഷമരായി നിന്ന മറ്റുള്ളവരെല്ലാം ചുറ്റും കൂടി. ഏതു തിയറിയാ ചോദിച്ചത്? സബ്ജക്ട് എക്സ്പേർട്ട് നല്ലയാളാണോ? ആരെയും നിരാശപ്പെടുത്തിയില്ല.

"വളരെ കംഫർട്ട് ആയ ഇന്റർവ്യൂ. ട്രെയിൻ മിസ്സാവും."

അവൾ ധൃതിയിൽ നടന്നു.

രാത്രി വളരെ വൈകിയാണ് വീട്ടിലെത്തിയത്. ഇച്ഛാഭംഗവും നിരാശയും മറ്റുള്ളവരെ അറിയിക്കാതിരിക്കാൻ ഉത്സാഹമഭിനയിച്ചു. മക്കളുറങ്ങിപ്പോയിരുന്നു. അവൾ കുളിച്ചു ഭക്ഷണം കഴിക്കാനിരുന്നു.

തൊണ്ടയിൽ നിന്നും ഇറങ്ങുന്നില്ല എങ്കിലും വിശപ്പഭിനയിച്ച. രാത്രി കിടക്കുമ്പോൾ വിനയൻ ചോദിച്ച.

“എന്റെ മൂവായിരം പോയി അല്ലേ?”

“പത്തൊൻപത് ലക്ഷം ലാഭമായീന്ന് കുടിക്കോ വണ്ടിക്കൂലിനും ചെലവുംകൂടി രണ്ടായിരത്തി മുന്നൂറായി ബാക്കി എഴുന്നൂറ് കയ്യിലുണ്ട് നാളെ തരാം.”

“നിന്റെ അത്യുത്സാഹം കണ്ടപ്പോഴെ തോന്നി അഭിനയിക്കുകയാണെന്ന്”

കുറ്റപ്പെടുത്തലിന്റെ സ്വരം കനത്തു.

“ഞാനിനി ഒന്നിനും പോകുന്നില്ല. എനിക്കു മതിയായി. ഇനി മക്കളുടെ കാര്യമെങ്കിലും നന്നായി നോക്കണം. ഒരു ഡോക്ടറേറ്റ് കൊണ്ട് ജീവിച്ചോളാമെന്ന് ഞാനാർക്കും വാക്ക് കൊടുത്തിട്ടില്ല ഉള്ളതുമതി. ഇത്രയും കാലം ജീവിച്ചില്ലേ?, ഇനിയും അങ്ങനെയൊക്കെ മതി.”

വിനയന്റെ മനസ്സിൽ വെള്ളിടി വെട്ടി.

“എന്റെ ഒരാളുടെ സാലറി കൊണ്ട് ജീവിക്കാൻ പറ്റ്വോ? നിനക്കും കൂടി വരുമാനമായാൽ എനിക്ക് പകുതി സമാധാനമാകുലോന്ന് കരുതിയിട്ടാ ഉള്ളതു മുഴുവൻ ഊറ്റിയുരുക്കിപത്തൊൻപത് തികച്ചാക്കിയത്. കഴിഞ്ഞമാസം കണ്ടില്ലേ മോൾക്ക് ഒരു പനി വന്നതാ ഒരാഴ്ചത്തെ ആശുപത്രി ബിൽ ഒമ്പതിനായിരം. എന്റെ സാലറിയുടെ പകുതി! ഭക്ഷണം, കുട്ടികളുടെ പഠിപ്പ്, പെട്രോൾ, അസുഖം, കല്യാണം, മരണം അങ്ങനെ ഒരു മാസത്തെ നമ്മുടെ ചെലവ് മൊത്തം കേട്ടാൽ നീ ഞെട്ടും. മുപ്പതിനായിരം! എന്റെ വരുമാനം പതിനെട്ടായിരും. നിന്റെ എഡ്യുക്കേഷൻ എനിക്കൊരു കൈത്താങ്ങായിട്ടാ ഞാൻ കരുതിയത്.”

“ശ്രമിക്കാഞ്ഞിട്ടാണോ? എഴുതിയ പി.എസ്.സിയിൽ ലിസ്റ്റിൽ വന്നത് അഞ്ചെണ്ണം, അതിൽ രണ്ടെണ്ണത്തിന്റെ കാലാവധി കഴിഞ്ഞു. മോളെ പ്രസവിച്ചതിന്റെ രണ്ടാം ദിവസം ഉണ്ടായിരുന്ന HSA ഇന്റർവ്യൂ അറ്റൻഡ് ചെയ്യാൻ പറ്റിയില്ല. പിന്നെയുണ്ടായിരുന്ന രണ്ടെണ്ണം മുന്നോക്ക ജാതിക്കാരിയായതുകൊണ്ട് റിസർവേഷൻകാര് കൊണ്ടുപോയി. ഇനിയും ഓപ്പർച്യൂണിറ്റി ഉണ്ടെങ്കിൽ ഞാൻ പോവാൻ തയ്യാറാണ്. ഒരു Ph.D ഉണ്ടെന്ന് കരുതി എനിക്കൊരു ജോലിയോടും പക്ഷപാതമില്ല.”

നിരാശയ്ക്ക് കണ്ണീരിന്റെ നനവ്. വിനയൻ അവളെ അരികിലേക്ക് ചേർത്തുകിടത്തി.

“നിന്റെ ഈ ക്വാളിറ്റി നഷ്ടപ്പെടരുതെന്നേ എനിക്കാഗ്രഹമുള്ളൂ.. ഒന്നു മല്ലാതായിപ്പോയി എന്ന തോന്നൽ ഉണ്ടാവാതിരിക്കാനാണ് ഞാനീ പറയുന്നത്. ജയലക്ഷ്മി ടീച്ചറുടെ ഭർത്താവാണെന്ന് പറയുമ്പോൾ എനിക്കുമുണ്ടെടീ ഒരു അഭിമാനം”

അവളുടെ ഉള്ള് കുളിർത്തു. അംഗീകരിക്കപ്പെട്ടിരിക്കുന്നു. ബഹുമാനി ക്കപ്പെട്ടിരിക്കുന്നു. വിനയൻ തുടർന്നു.

“അടുത്തയാഴ്ച ഹാജിയാരുടെ കോളേജില് ഇൻർവ്യൂ നടക്കുന്നുണ്ടെ ന്ന് ജേക്കബ് പറഞ്ഞു. സംഗതി സെൽഫ് ഫിനാൻസിംഗാണെങ്കിലും കുഴപ്പമില്ലത്രേ, പറ്റുമെങ്കിൽ ഇന്റർവ്യൂ അറ്റൻഡ് ചെയ്തോ, ബാക്കിയെ ല്ലാം ജേക്കബ് ഏറ്റു. നിനക്കിഷ്ടമില്ലേൽ വേണ്ട. കോളേജ് ഏതായാലും പഠിപ്പിക്കുന്നത് ഒരേ തലമുറയെയാണല്ലോ.” അരണ്ട വെളിച്ചത്തിൽ വിനയൻ അവളെ ഒളികണ്ണിട്ടു നോക്കി.

“ജയ ഉറങ്ങിയോ.” മറുപടി കിട്ടാതായപ്പോൾ വിനയൻ ആരാഞ്ഞു.

“ഇല്ല.”

“പിന്നെന്താ ഒന്നും മിണ്ടാത്തത്, താത്പര്യമില്ലെങ്കിൽ വിട്ടുകള, ഒരു ചിട്ടിയെങ്കിലും അടക്കാൻ കഴിഞ്ഞാലോന്നു വിചാരിച്ചിട്ടാ ഞാൻ...”.

“എന്നാണ് ഇന്റർവ്യൂ?” ജയ പതുക്കെ ചോദിച്ചു.

“അത് ഞാൻ നാളെ തന്നെ ജോക്കിനോട് ചോദിച്ചു ക്ലാരിഫൈ ചെയ്യാം.”

വിനയൻ അത്യുത്സാഹത്തോടെ അവളെ കെട്ടിപിടിച്ചു.

രാവിലെ പതിനൊന്നു മണിക്ക് വിനയൻ വിളിക്കുന്നു. ജയയ്ക്ക് അമ്മയാണ് ഫോൺ കൊണ്ടുകൊടുത്തത്.

“ആ എന്താ വിനയേട്ടാ...”

“ഹലോ ജയ... ജേക്കബ് വിളിച്ചിരുന്നു. ഇന്റർവ്യൂ ഇന്ന് ഉച്ചയ്ക്ക് രണ്ട് മണിക്ക് തുടങ്ങും, ഹാജിയാർക്ക് അടുത്താഴ്ച ദുബായിലുള്ള മോന്റെ കുട്ടിയുടെ പിറന്നാളിന് പോകണം. അതിനു മുമ്പേ ആളെ അപ്പോയിന്റ് ചെയ്യണമത്രേ. നീ വേഗം റെഡിയായി പോയ്ക്കോ ഞാനല്പം തിരക്കിലാ, ഓൾ ദി ബെസ്റ്റ്.”

“എന്താ പ്രശ്നം” അമ്മ തിരക്കി.

“ഒന്നുല്ല ഒരിന്റർവ്യൂ”

“ഓ അതാണോ?” കേട്ടു തഴമ്പിച്ചതായതുകൊണ്ട് അമ്മ നിസ്സാര മായി പത്രം വായന തുടർന്നു.

അവിടെ ചങ്ങനാശ്ശേരീല് മുപ്പതു പേരെ ഉണ്ടായിരുന്നുള്ളൂ. ഇതിവി ടെഅറുപതും കഴിയും. ഭൂരിഭാഗം ന്യൂജനറേഷൻസ്. ഇവിടെ പിന്നെ ഒരു ഗുണമുണ്ട് സർട്ടിഫിക്കറ്റുമായി അങ്ങോട്ടും ഇങ്ങോട്ടും പോകണ്ട. പ്രിൻ സിപ്പാളും ഡയറക്ടറും, സബ്ജക്ട് എക്സ്പേർട്ടും എന്തിന് കോളേജിന്റെയും

ച്ചുറ്റുമുള്ള പത്തേക്രയുടെയും ഒടേതമ്പുരാൻ ഒറ്റയാളുതന്നെ. ഹാജിയാർ! വെളുവെളുത്ത ഷർട്ടും മുണ്ടും തലയിലൊരു കെട്ടും. തലയിൽ കെട്ടിയ തൊഴിച്ചാൽ ചങ്ങനാശ്ശേരിയും ഏതാണ്ടിങ്ങനൊക്കെ തന്നെ. അറബിയിലാണ് ഹാജ്യാർക്ക് പ്രാവീണ്യം. അതുകൊണ്ട് തനി മലയാളത്തിലാണ് [illegible]. കയറിച്ചെന്നതും 'ജയലക്ഷ്മി ടീച്ചർ ഇരിക്ക്' എന്ന ഘനഗംഭീര ശബ്ദം മുഴങ്ങി,

"ഇങ്ങളീ ഡോക്ടറേറ്റും മറ്റും കൊണ്ട് ഇവിടെ പണിക്ക് വന്നാൽ ഇങ്ങക്ക് ഒക്കുമോ?" യമണ്ടൻ ചോദ്യം.

"ഒക്കാനാണല്ലോ സാറിന്റെ ഈ സ്വപ്നസംരംഭം"

അത് ഹാജിയാർക്ക് നന്നേ പിടിച്ചു. പക്ഷേ ഹാജിയാര് ഗൗരവത്തിലായിരുന്നു.

"ഇങ്ങളെ ഞാനാദ്യം കാണുന്നത് മ്മളെ പ്രസാദിന്റെ പ്രശ്നത്തിലാ."

"പ്രസാദോ?" അവൾക്കാളെ പിടികിട്ടിയില്ല.

"ആ ടീച്ചറെ, മ്മളെ ഇക്കണോമിക്സ് മാഷ് പ്രസാദിനെ ഞാൻ പിരിച്ചുവിട്ടപ്പം ങ്ങള് കൊറെ ആൾക്കാര് ഇവിടെ നിരാഹാരം കെടന്നില്ലേ, ങ്ങളെ അസോസിയേഷൻ. അന്ന് സമരം ഉദ്ഘാടനം ചെയ്തത് ങ്ങളായിരുന്നു. ങ്ങക്കോർമ്മയില്ലേ? ഇങ്ങളെ മുഖം മ്മക്ക് നല്ല ഓർമ്മണ്ട് എന്തായാലും നല്ല ബർക്കത്താ. അതിന് ശേഷം സമരത്തിന്റെ പെരുമഴക്കാലം. ഫീസ് സമരം, സീറ്റ് സമരം, പ്രേമിക്കാൻ സമരം, പ്രേമിക്കാതിരിക്കാൻ സമരം, ശമ്പളം കൂട്ടാൻ സമരം, യൂണിവേഴ്സിറ്റി ഇൻസെപക്ഷൻ, പിഴ..." ഹാജിയാര് കെട്ടഴിച്ചുവിട്ടു. ശ്വാസം വിടാൻ ഗ്യാപ്പ് തരുന്നില്ല.

"ന്തായാലും ഇങ്ങളെമുഖം നിക്ക് കണ്ണിന്ന് മായൂല"

"അതൊക്കെ ഈ സംഘടനയും മറ്റും ആകുമ്പോ"

ജയലക്ഷ്മി ഇരുന്ന് വിയർത്തു.

"അല്ല... കൊയപ്പല്ല ങ്ങക്ക് നല്ലൊരു രാഷ്ട്രീയ ഭാവി ഞാൻ കണ്ടീനും. ഇവിടെ വല്ല ഫ്രഷ് പി.ജിക്കാര് വന്നും പോയും നിക്കും. അപ്പോപിന്നെ ക്ലാസും മൊടങ്ങൂല. എന്തേലും ചില്ലറ കൊടുത്താലുംമതി. തലവേദയും ഇല്ല."

"ഞാൻ പിന്നെ... ജോക്കബ് നിർബന്ധിച്ചപ്പോ" ആത്മാഭിമാനമറ്റതുപോലെ ശബ്ദം ഒരു മുരളിച്ചയായി അവളിൽനിന്നുയർന്നു.

"അ! ജേക്കബ് പറഞ്ഞാള് ഇങ്ങളാല്ലേ, അത് മ്മക്കറിയൂലായിനും. ഇല്ല... കൊയപ്പല്ല... ങ്ങളാവുമ്പോ വേറൊരു കാര്യണ്ട് യൂണിവേഴ്സ്റ്റീനെ പേടിക്കേണ്ട. ഈ പെർമെനന്റ് അഫിലിയേറ്റഡ് കോളേജിന് കുട്ട്യാളെ

പഠിപ്പിക്കാൻ നെറ്റും ഡോക്ടറേറ്റുമൊക്കെ നിർബന്ധാക്കിയ കടലാസ് വന്നിട്ടുണ്ട്. ങ്ങള് വിഷയത്തിൽ പുലിയാന്നാ ജേക്കബ് പറഞ്ഞത് ഓനോട് പറ്റിയൊരാളെ തരാൻ ഞാനെന്നോ ഏൽപിച്ചതാ. ഇല്ല. കൊയപ്പല്ല ങ്ങള് കാരണം ദുഷ്പേരാണെങ്കിലും കോളേജിന് ഒരു പേരുണ്ടായി. ചാനൽക്കാര് ഇവിടത്തെ സമരൊക്കെ ടി.വീ. ല് കാണിച്ചു."

എങ്ങനെപ്രതികരിക്കണമെന്നറിയാതെ ജയലക്ഷ്മി വിഷമിച്ചു. ഓരോ പ്രശ്നങ്ങൾ തലക്കു വീഴുന്ന ഗതികേടോർത്ത് സ്വയം ശപിച്ചു.

"ടീച്ചറെത്രയാ പ്രതീക്ഷിക്കുന്നേ..."

ഹാജിയാരുടെ ചോദ്യം അവളെ ഞെട്ടിച്ചു. എത്ര പറയും? കുടിപ്പോയാലോ? അപ്പോൾ പിന്നെ ഇതും നോക്കണ്ടേ. "അതിപ്പോ ഞാനെന്തു പറയാനാ, സാറ് സർട്ടിഫിക്കറ്റ് വെരിഫൈ ചെയ്തിട്ടില്ലല്ലോ. ക്വാളിഫിക്കേഷൻ, എക്സ്പീരിയൻസ്... ഇതൊക്കെ നോക്കിയിട്ട്..."

"ന്റെ ടീച്ചറേ.... അതൊക്കെ ഇങ്ങളെ അടുത്ത് നിന്നോട്ടെ മ്മക്കതൊക്കെ കോളാമ്പീലേ പായസാ..."

ഹാജിയാർ അവളെ വീണ്ടും പ്രതിസന്ധിയിലാക്കി.

"ടീച്ചർ ഒരുകാര്യം ചെയ്യ്, പറയാൻ ബുദ്ധിമുട്ടുണ്ടെങ്കിൽ വിചാരിച്ച കായ് ദാ ഈ കടലാസിൽ എഴുതി ഇങ്ങടെ പേരും നമ്പരും സഹിതം ആ പെട്ടീലിട്ടോളി. പുറത്തിരിക്കുന്ന എല്ലാവരെയും കണ്ടതിന് ശേഷം മ്മളാ പെട്ടിപൊട്ടിച്ച് തീരുമാനിക്കും ആരെ പോസ്റ്റ് ചെയ്യണമെന്ന്"

ജയലക്ഷ്മി പുറത്തിറങ്ങി ചുറ്റും നോക്കി. ഇന്റർവ്യൂ കഴിഞ്ഞവരാരും തന്നെ പോയില്ല. പരസ്പരം സംസാരിച്ചും ഫോൺ ചെയ്തും പെട്ടിക്കു ചുറ്റും നടന്നും അവർ സമയം ചെലവഴിക്കുന്നു ഇടയ്ക്കിടെ എല്ലാവരും പെട്ടിയെ നോക്കുന്നു. എല്ലാവരുടെയും തലയ്ക്ക് മുകലിലായിട്ട് ആ പെട്ടി തലയെടുപ്പോടെ നിന്നു. ചുറ്റും കൂടിയവർ കടലാസും പേനയും മാറിമാറി പിടിച്ചും തിരിച്ചും നിന്നു. അക്കങ്ങളെഴുതാൻ ആരും ധൈര്യപ്പെടുന്നില്ല. അതിൽ ഒരാൾ മെല്ലെ സ്വകാര്യം ചോദിച്ചു.

"എത്രയാ എഴുതുന്നത്?"

ഒന്നും മിണ്ടിയില്ല. അക്കമെഴുതാൻ അവൾക്ക് ധൈര്യം വന്നില്ല. കൂടിപ്പോയാലോ? സമാന ചിന്താഗതിക്കാർ ചുറ്റുംവിഷണ്ണരായി നിൽക്കുന്നു. ഒരാളെഴുതിയാൽ അതിൽകുറച്ചെഴുതാൻ കാത്തിരിക്കുന്നവർ. അവൾ പെട്ടിയെ നോക്കി. പെട്ടി അവളെയും.

●

പുരസ്കാരം

കാറ്റിനോട് മത്സരിച്ചോടുന്ന മുടിയിഴകളെ ഒതുക്കിവെക്കാനുള്ള ശ്രമത്തിൽ മടിയിലെ പൊതി താഴേക്ക വീഴാൻ പോയി. സ്നേഹത്തോടെ അവളതിനെ ചേർത്ത് പിടിച്ചു. ഇരുട്ട് വീണത് കാരണം സ്ഥലം അറിയുന്നില്ല. സൈഡിലുള്ള കടയുടെ നെയിം ബോർഡ്. നോക്കി. പത്താം മൈൽ. അക്ഷമയോടെ ഒന്നുകൂടി ഇളകിയിരുന്നു. ഇനി പതിനൊന്നു മൈലുകൾ കൂടിയുണ്ട്. മടിയിലിരിക്കുന്ന പൊതിയെ അരുമയോടെ തഴുകി. നാളത്തെ പത്രം രാധേടത്തിയുടെ അടുത്ത് പോയി നോക്കണം. സാമൂഹ്യക്ഷേമവകുപ്പ് മന്ത്രിയിൽ നിന്നും പുരസ്കാരം ഏറ്റു വാങ്ങുന്ന ഫോട്ടോ ഉണ്ടാകും. ബ്ലാക്ക് ആൻഡ് വൈറ്റ് ആയാൽ മതിയായിരുന്നു. സാരി നിറം മങ്ങിയതാണെ ന്നു തിരിച്ചറിയില്ല. അവാർഡ് ഏറ്റുവാങ്ങുമ്പോൾ ക്യാമറക്ക് നേരെ നോക്കിയിരുന്നോ? ഓർമയില്ല. ആകെ ഒരു വിറയലായിരുന്നു. സംസ്ഥാനത്തെ ഏറ്റവും മികച്ച ആശാവർക്കറാണ് ഇരിക്കുന്നതെന്ന് പിറകിലുള്ള കോന്തന് അറിയില്ലെന്ന് തോന്നുന്നു ചന്തിക്ക് തന്നെയാണവൻ കാൽവിരൽ കൊണ്ട് അമർത്തുന്നത്. അവൾ രൂക്ഷമായി തിരിഞ്ഞുനോക്കി. കൂസ ലില്ലാത്ത കണ്ണുകളോടെ ആ കോന്തൻ അവളെ നേരിട്ടു. സമയം ഏഴര യായിരിക്കുന്നു. മക്കള് വല്ലതും തിന്ന്വോ കുടിക്ക്വോ ചെയ്തോ ആവോ?. അവളില്ലാത്ത തക്കത്തിൽ വയലിൽ കളിയ്ക്കാൻ പോയിക്കളയും. നെല്ല് കൊയ്തെങ്കിലും വാഴക്കുഴികളിൽവെള്ളം ഉണ്ടാകും. ഓർത്തപ്പോൾ അവൾക്കാധിയായി. കണ്ണടച്ചുകൊണ്ട് തല അങ്ങോട്ടുമിങ്ങോട്ടും വെട്ടിച്ചു. ശ്രദ്ധ മാറ്റാനായി വീണ്ടും മടിയിലെ കവറിൽ തൊട്ടു.

ഈ പുരസ്കാരം എവിടെ വെക്കും?. പുക കൊള്ളാത്തിടത്ത് വെക്കണം. വീട്ടിൽ ചെന്നിട്ടുവേണം നല്ലവണ്ണം ഒന്ന് കാണാൻ.

കിട്ടിയപാടെ കവറിൽ വെച്ചതാണ്. അവളാ കവർ നെഞ്ചോടുചേർത്തു. ഇനിയിപ്പോ പെരുമാറ്റത്തിലൊക്കെ മാറ്റം വരുത്തണം. മീൻകാരനോട് രണ്ടു മത്തി കൂടി പേശാൻ പാടില്ല. ഓട്ടോക്കാരനോട് ബാക്കി ഒരുറുപ്യക്ക് അടികൂടാൻ പാടില്ല. മക്കളോട് നല്ല സ്വഭാവം കാണിക്കണം.സുകൂന്റെ കുറ്റവുംകുറവും ഇനിയാരോടും പറയരുത്. നാട്ടുകാരുടെകാര്യത്തിൽ ആവും പോലെ സഹായിക്കണം. തന്റെ ഭാഗത്തുനിന്ന് ഒരു വീഴ്ചയും വരാതെ നോക്കണം. മടിയിലെ കവറിനു ഭാരം കൂടിയത് പോലെ. നാട്ടിലെ വമ്പന്മാരുടെ വീടുകളിലെ വിവാഹസല്ക്കാരങ്ങളിൽ ബാക്കി യാവുന്ന ഭക്ഷണം പറയരുകുന്നു കോളനിയിലെത്തിച്ചപ്പോൾ എച്ചിൽ തീറ്റിച്ചെന്നു പറഞ്ഞു ഒരു കൂട്ടർ പ്രശ്നമുണ്ടാക്കിയതാണ്. ആർഭാട മത്സരം വിശക്കുന്ന വയറുകൾക്ക് സ്വപ്നം കാണാൻ കഴിയാത്തത്ര ഭക്ഷണം കൊടുത്തു. ദൈവമേ പണക്കാർ വീണ്ടും ധൂർത്തടിക്കണേ.. ഫാഷൻ മാറുന്നതിനനുസരിച് മൂലയ്ക്ക് തള്ളപ്പെടുന്ന ഉടുപ്പുകൾ, സാരികൾ, ചുരി ദാറുകൾ, ഷർട്ടുകൾ, പാന്റുകൾ എല്ലാം ശേഖരിച്ച് ട്രൈബൽ സ്കൂളിലെ കുട്ടികളുടെ വലുപ്പത്തിൽ വെട്ടി തയ്ച്ച കൊടുത്തപ്പോൾ ഒരെണ്ണം മോൾക്കും അവൾ മാറ്റിവെച്ചിരുന്നു. കോളനിയിലെ പേറിനും മാറ്റിനും നല്ലത് നോക്കി കൊടുത്തു. വലിയ ചെരിപ്പുകൾ വള്ളി മുറിച്ച ചെറുതാക്കി ഇട്ടു നടക്കുന്നത് കണ്ടപ്പോൾ ചിരി വന്നതാണ്. അവൾ വീണ്ടും പ്രാർ ത്ഥിച്ചു. ദൈവമേ.. ലോകത്ത് ദിവസവും ഫാഷൻ മാറണേ...

പൂപ്പൽ പിടിച്ച ഗുളികകളും കാലാവധി തീർന്ന സിറപ്പും തിരിച്ചയ ച്ചപ്പോൾ എല്ലാരും പറഞ്ഞു ഉള്ള ജോലി പോയെന്നു കൂട്ടിക്കോളാൻ. പക്ഷേ ആരോഗ്യ വകുപ്പ് അഭിനന്ദനമറിയിച്ച വിളിച്ചു. ഒപ്പം ആരോടും പറയരുതെന്ന് പറയാതെ പറഞ്ഞു. ചിന്തിച്ചാൽ അന്തമില്ല. ക്ലീനർ അവളെ നോക്കി വിളിച്ച പറഞ്ഞു 'ഇരുപത്ത്യോന്നാം മൈൽ..'

സമയം എട്ടാവാനായിരിക്കുന്നു. സുകു റേഷൻകടയിൽ നില്ക്കുമെ ന്നാണ് പറഞ്ഞത്. ധൃതിയിൽ നടക്കുന്നതിനിടയിൽ സാരി ചവുട്ടി പ്പോയി. കീറിയെന്നാ തോന്നുന്നത്. അവൾ ഇരുട്ടിൽ താഴോട്ട് നോക്കി. കാഷ് അവാർഡ് തല്ക്കാലം സുകുവിനെ കാണിക്കണ്ട. മോളുടെ കമ്മലി ന്റെ ചെമ്പാണി മാറ്റിയിട്ട് സ്വർണമാക്കണം. ചെറിയൊരു തൂക്കികൂടി വാങ്ങണം. രണ്ടായിരത്തിഅഞ്ഞൂറ് കൊണ്ട് അയ്യായിരം ആവശ്യം കാണും. തല്ക്കാലം മിണ്ടണ്ട.

"സുജാതെ ചെലവ് തരണം ട്ടോ". ദാമോദരേട്ടൻ സ്നേഹത്തോടെ പറഞ്ഞു.

അവൾ സുകുവിനെ നോക്കി. എല്ലാരേയും അറിയിച്ച ഗർവോടെ

സുകു നില്ക്കുന്നു. കഞ്ചാവിന്റെ ക്ഷീണം കൺപോളകളെ തൂങ്ങിമരിക്കാൻ വിട്ടിരിക്കുന്നു. ''മക്കളെ കണ്ടിരുന്നോ''. അവൾ വേവലാതിയോടെ ചോദിച്ചു.

''ബസ്സിറങ്ങുമ്പോൾ എന്നെ കണ്ടില്ലേൽ പേടിച്ചാലോന്നോർത്തു. ഞാൻ വീട്ടിൽ പോയില്ല''. പതിവില്ലാത്ത സ്നേഹം. വയൽ വരമ്പിലൂടെ നടക്കുമ്പോൾ ആശ്വാസമായി.

അക്കരെ പാനീസ് കത്തുന്നുണ്ട്. മക്കള് വീട്ടിലുണ്ട്.

പാനീസ് കത്തിച്ച ഉമ്മറത്ത് തൂക്കാൻ അമ്മക്കാവില്ല. അതിനുകണ്ണൻ വേണം. അവൾ തിരിഞ്ഞു നോക്കി. വരമ്പത്തൂടെ ബാലൻസ് ചെയ്യാൻ സുകു ഇനിയും പഠിച്ചിട്ടില്ല. കഞ്ചാവ് സമ്മതിക്കുന്നുണ്ടാവില്ല. സഹായത്തിനായി അവൻ കൈ നീട്ടി. അവനെ പിടിക്കാൻ മനസ്സില്ലാതെ അവൾ ബാഗ് അവനു നേരെ നീട്ടി.

കഥകളിലെ വനദേവതയെപ്പോലെ അവൾ മക്കൾക്ക് മുമ്പിൽപ്രത്യക്ഷപ്പെട്ടു.

രാവിലെ അവൾക്ക് കിട്ടിയ സ്നാക്സ്കവർ ബാഗിൽ നിന്നെടുത്തുകൊടുത്തു. പരിപാടി വൈകിയപ്പോൾ വിശപ്പ് കൊണ്ട് പൊട്ടിക്കാനാഞ്ഞതാണ്. മക്കളെ ഓർത്തപ്പോൾ തോന്നിയില്ല. ഒരു പ്ലംകേക്കും, ഒരു ലഡുവും അഞ്ചാറു മിക്സ്ചർ മണികളും ഒരുമയോടെ രണ്ടുപേരും പങ്കിട്ടെടുത്തു. കൈകളുടെയും കൂടി സഹായത്താൽ സുകു പടികൾ ഇഴഞ്ഞു കയറുന്നെ ഉണ്ടായിരുന്നുള്ളൂ. അവൾ മക്കളെ നോക്കി. അവരുടെ അനുസരണ അവളിൽ ഭയമുണ്ടാക്കി. അമ്മ ഇടയുന്ന സമയത്താണ് മക്കള് അവരുടെ ഭാഗം 'ക്ലിയർ' ആക്കുന്നത്.

അവൾ അടുക്കളയിലേക്കു കടന്നു. കറുത്ത മുഖം കൂടുതൽ കറുത്തിരിക്കുന്നു. മുറുക്കാൻ വാങ്ങാത്തത് അബദ്ധമായിപ്പോയി. ഇനിയിപ്പോ എന്തു പറഞ്ഞു തുടങ്ങണമെന്നറിയുന്നില്ല. അവൾ ഒരുഗ്ലാസ്സുമായി പാനിയിൽ കൈയിട്ടു.

'വെള്ളം കോരിയതില്ല'. ഇടി വെട്ടി.

ഞാൻ കുളിക്കുമ്പോൾ കോരാം. സുജാത രംഗം തണുപ്പിക്കാൻ ശ്രമിച്ചു. 'വെറകെടുത്തില്ല, ചോറ് വെച്ചില്ല, ഞാൻ കുളിച്ചില്ല, തുണി അയിലും മന്നെടുത്തില്ല, പിള്ളാര് കുളിച്ചില്ല, വന്നിട്ടൊന്നും തിന്നില്ല, പീട്യെന്ന് നാളത്തെക്കൊന്നും വാങ്ങീല്ല...'. കെട്ടഴിച്ചു വിട്ട പോത്ത് അമറുന്നശബ്ദം അവളുടെ ചെവിയിലേക്ക് തുളച്ചു കയറി.

''സുകേട്ടനോട് പറഞ്ഞൂടായിരുന്നോ സാധനങ്ങൾ വാങ്ങാൻ''. അവൾ പതുക്കെ ചോദിച്ചു.

“ഓൻ വെറുമൊരു കട്ടന്ചായേം കുടിച്ച് തെങ്ങായ തെങ്ങ് മുയുമനും കേറാൻ പോയതല്ലേ..എന്തോ വെള്ളം കിട്ട്യോ കുടിച്ചോന്നാർക്കറിയാം. അവാർഡ് വാങ്ങുന്ന സുകൊന്നും തെങ്ങുമ്മക്കേറുമ്പോ കിട്ടൂലല്ലോ.”

അവൾ മിണ്ടിയില്ല. കുളിക്കാൻ പോയി.

കുളിച്ചു വന്നപ്പോഴേക്കും അമ്മയുടെ മുഖമൊന്നയഞ്ഞിട്ടുണ്ട്. കട്ടൻ ചായ ബെഞ്ചിൽ വച്ചിട്ടുണ്ട്. ഉമ്മറത്ത് സുകുവിനോട് വർത്താനം പറഞ്ഞിരിക്കുന്നു. മുറുക്കാൻ കിട്ടിയ സന്തോഷമാണ്.

പിറ്റേന്ന് സുകു നേരത്തെയെഴുന്നേറ്റു റെഡിയായി. ആവശ്യക്കാർവിളിച്ചുണർത്തി കയ്യുംകാലുംപിടിച്ച് തെങ്ങു കയറാൻ കൊണ്ടുപോവാറാണുപതിവ്. “ഇന്നെവിടാ പണി?”. പായയിൽ കിടന്നുകൊണ്ട് അവൾ ഉറക്കച്ചടവോടെ ചോദിച്ചു.

“നെനക്കവാർഡ് കിട്ടിയ ചെലവ് കൊടുക്കാൻ പറഞ്ഞു രാജനും, സുരേഷും മറ്റുള്ളോരും”. ഷർട്ടിന്റെ കൈ മടക്കിത്തിരുകുന്നതിനിടയിൽ വളിച്ച ചിരിയോടെ സുകു പറഞ്ഞു.

“നാളെയെന്തിനു ചെലവുകൊടുക്കും?”.

അവൾ ഈർഷ്യയോടെ ചോദിച്ചു. മറുപടിയില്ല. ധൃതിയിൽ മുണ്ട് മടക്കിക്കുത്തിക്കൊണ്ട് അവൻ പറഞ്ഞു.

“ബാഗിന്റെ കള്ളക്കീശേന്നു ആയിരത്തിഅഞ്ഞൂറ് ഞാനെടുത്തിട്ടുണ്ട്”.

●

ശകുനം

ബാഗെടുത്തപ്പോഴാണ് അവളുടെ ഇടത്തെ തോളിൽ നിന്നും പല്ലി ഓടിപ്പോയത്. വെപ്രാളത്തിൽ അതിനെ തട്ടുന്നത് കണ്ടപ്പോൾ അമ്മമ്മ വേവലാതിയോടെ പറഞ്ഞു.

'ഇടത്തല്ലേ... ശുഭം'. അവൾ അമ്മയെ നോക്കി. അവർ പതുക്കെ ചോദിച്ചു

'ഞാനും കൂടി വന്നാലോ?.'

വേണ്ടന്നവൾ തല വെട്ടിച്ചു. ചെരുപ്പിട്ട് ഇറങ്ങുമ്പോൾ മുറ്റത്തെ പേരമരത്തിൽ ചെമ്പോത്ത് ഇരിക്കുന്നു. കുട്ടിക്കാലത്തെ ഓർമ്മയിൽ പച്ച തൊടാൻ തോന്നി. ചെമ്പോത്തിനെ കണ്ട് പച്ച തൊട്ടാൽ മധുരം നുണയാൻ ഇടയുണ്ടാവുമെന്ന് വിശ്വസിച്ച് അവളും കൂട്ടുകാരും പച്ച തൊടാൻ മത്സരിച്ചോടിയതോർത്തു ചിരിവന്നു. അമ്മമ്മ ഉമ്മറത്തേക്ക് വന്നു നിന്നു. കണ്മറയുവോളം അവൾ പോകുന്നതും നോക്കി നിൽക്കുന്നത് പതിവാണ്. പടിയിറങ്ങിയതും നേരെ വരുന്നു വിഷ്ണു നമ്പൂരി. മോളുടെ കല്യാണം ക്ഷണിക്കാൻ വരികയാണ്. തിരിച്ച് ഉമ്മറത്തേക്ക് കയറി ക്ഷണപത്രം സ്വീകരിച്ചു. നമ്പൂരി പോയതും അമ്മമ്മ മുറുമുറുത്തു.

'കറുത്ത നമ്പൂരിയും വെളുത്ത പുലയനും ശകുനം മുടക്കികളാ' ഇതിൽ ഏതാ സവർണ്ണൻ എന്നവൾ ശങ്കിച്ചു. അവൾ വീണ്ടും പടികളിറങ്ങി. വല്ലാത്ത ദാഹം. തിരിഞ്ഞു നിന്ന് അമ്മയെ വിളിച്ചു. അമ്മമ്മ മൂക്കത്ത് വിരൽ വെച്ചു.

'ഇതിപ്പോ ചക്കിനു കെട്ടിയ മൂരിയെപ്പോലായി'

വെള്ളം കുടിച്ച് ഗ്ലാസ് ഏൽപ്പിക്കുമ്പോൾ അമ്മക്ക് ശ്വാസമില്ലെന്ന തോന്നി. മുഖം നിർജീവമായിരിക്കുന്നു. അവൾ ബാഗിൽ കയ്യിട്ടു. കടലാസെടുത്തിട്ടില്ല. തിരിച്ച് അകത്തേക്ക് നടന്നു. മേശ വലിപ്പിൽ നിന്നും ഫയലിൽ സൂക്ഷിച്ച കടലാസെടുത്ത് ബാഗിൽ വെച്ചു. തിരിഞ്ഞു നോക്കാതെ വേഗം നടന്നു

റോഡിലിറങ്ങി. മുന്നിൽ കണ്ട ഓട്ടോയ്ക്ക് കൈ കാണിച്ചു. ഇരുന്ന ശേഷം അവൾ വീട്ടിലേക്ക് നോക്കി. അമ്മമ്മ തൂണും പിടിച്ചു കുനിഞ്ഞു നോക്കുന്നു.

കോടതിപ്പടി കയറാൻ തുടങ്ങിയപ്പോൾ ഏതു കാലാണ് ആദ്യം വെച്ചതെന്ന് ഓർത്തില്ല. ബസ്സിലിരുന്നപ്പോൾ കണ്ണ് തുടിച്ചത് എന്തിനാണെന്ന് മനസ്സിലായി. അല്പം മാറി എതിർ വക്കീലുമായി സംസാരിക്കുന്നവനെ കൺകളിൽകൂടെ കണ്ടു. കണ്ടാലും കണ്ടാലും മതിവരാത്തവൻ.. പറഞ്ഞാലും പറഞ്ഞാലും തീരാത്ത വിശേഷങ്ങൾ...പരസ്പരം 'അറിയാ'നുള്ള മത്സരം...ഓരോ 'അറിവി'ലും പുതുമ നല്കിയവൻ.. അന്നും ഇന്നും തോൽവി അവൾക്കാണ്. വികസിക്കാത്ത ഗർഭപാത്രവും നേരം തെറ്റാത്ത ഇൻസുലിനും അവളിൽ നിന്നും മോചനത്തിനു തയ്യാറായില്ല. ഒടുക്കംജോയിന്റ് പെറ്റിഷൻ കോടതി അംഗീകരിച്ചു.

'മോചനം' നേടിയിരിക്കുന്നു!. ഡയബെട്ടിക് റെറ്റിനോപ്പതി ബാധിച്ച കണ്ണുകളിലൂടെ ഒരിക്കൽ കൂടി കൺനിറയെ കാണാൻശ്രമിച്ചു. കണ്ണുനീർ വാശി പിടിച്ചു. ഒറ്റക്കാണ് വന്നത് എന്നറിഞ്ഞാൽ അവൻ പരിഭ്രമിക്കുമെന്നവൾ ഭയപ്പെട്ടു. 'മിസ്സ്' ചെയ്യാതിരിക്കാൻ പണ്ടവൻ തന്ന 'സൂത്രം' അവൾ ബാഗിൽ നിന്നും തപ്പിയെടുത്തു.

അവന്റെ വിയർപ്പു മണമുള്ള തുവാല. അവൾ മുഖം അമർത്തി തുടച്ചു. എന്നും രാവിലെ കിട്ടിയത് പോലെ... കണ്ണിലുമ്മ...നെറ്റിയിലുമ്മ... കവിളിലുമ്മ... ചുണ്ടിലുമ്മ... താടിയിലുമ്മ...

അവൾ തുവാല കടിച്ചു പിടിച്ചു. ഏങ്ങലടി പുറത്തേക്ക് കേൾക്കരുത്. ധൃതിയിൽ പടികളിറങ്ങി ബസ്സിനു കൈ കാണിച്ചു. സീറ്റിലിരുന്നപ്പോൾ നീരാവികൊണ്ട് അവ്യക്തമായ കണ്ണടച്ചില്ലുകൾ ഷാൾ കൊണ്ട് പതുക്കെ തുടച്ചു. കണ്ണട തിരികെ വച്ച് പുറത്തേക്ക് നോക്കി. ഇലക്ട്രിക് പോസ്റ്റിൽ രണ്ടു മൈനകൾ!. രണ്ടു പേർ കണ്ടാൽ സന്തോഷം പോകുമെന്ന് ഭയന്ന് കൂട്ടുകാരിയുടെ കണ്ണ് പൊത്തിയത്അവളോർത്തു . അവൾ ചുറ്റും നോക്കി. ആരും കണ്ടില്ല. 'സന്തോഷം' കൊണ്ട് അവൾക്ക് ചിരിവന്നു.

●

ഉദകപ്പോളക്കൊരു ബാഷ്പാഞ്ജലി

അന്ന് രാത്രി ഡൽഹിയിലെ തണുപ്പിനു നിർവികാരതയുടെമരവിപ്പായിരുന്നു. വണ്ടിയോടിക്കുന്നതിനിടെ രോഹിത് ഇടയ്ക്കിടെ പുറത്തേക്ക് നോക്കി. ടീ ഷോപ്പുകൾക്കൊക്കെ എല്ലാം ഷട്ടർ വീണിരിക്കുന്നു.

നന്തലിന്റെ താഴ്ന്ന തിരിയുടെ വെളിച്ചത്തിൽ ഒരു പെട്ടിക്കട. അവൻ വണ്ടി ഒതുക്കി നിർത്തി പുറത്തിറങ്ങി. എല്ലാം കേട്ടിപ്പൂട്ടാനുള്ള തിരക്കിനിടയിലും കടക്കാരൻ മുഷിഞ്ഞില്ല. അയാൾ രോഹിത്തിന്റെ ആവശ്യമറിഞ്ഞു. അലപസമയത്തിനകം ഇരുകയ്യിലും എലക്കാചായയുമായി രോഹിത് കാറിന്റെ ഡോറിനു കൈ മുട്ടി കൊണ്ട് തട്ടി. പിറകിലിരിക്കുന്ന മായയും മോളും മയങ്ങിപ്പോയിരിക്കുന്നു. എങ്കിലും ഉള്ളുറങ്ങാത്ത മായ ധൃതിയിൽ ചില്ല് താഴ്ത്തി അവന്റെ കയ്യിൽ നിന്നും ചായ വാങ്ങിമൊത്തി. ഒരു വാട്ട ചുവ. ഇളം ചൂടെയുള്ളൂ. എലച്ചുവയും, പാലും മധുരവും, തണുപ്പും എല്ലാം കൂടി അവളുടെ വയറിലൊന്നു കൊളുത്തിപ്പിടിച്ചു. നാട്ടിൽ നിന്നും പുറപ്പെട്ടതിനു ശേഷം ആദ്യത്തെ ജലപാനമാണ്.

രോഹിത് മുൻസീറ്റിലെ ഡോർ തുറന്ന് മഹിയെ തൊട്ടു വിളിച്ചു. അയാൾ കണ്ണ് തുറന്നു. ഒരു ആവിയന്ത്രം പോലെ ചുറ്റും ബാഷ്പകണങ്ങൾ. മരം കോച്ചുന്ന തണുപ്പിലും മഹിക്ക് ചുറ്റും താപവലയം. തീരാനഷ്ടത്തിന്റെ അനുതാപകണങ്ങൾ കണ്ണുകളിൽ നിന്നുറവയെടുത്ത് കണ്ണടചില്ലിൽ തടം കെട്ടിക്കിടക്കുന്നു. മഹി കണ്ണ് തുടച്ചില്ല. അപരിചിതമായി രോഹിത്തിനെ തുറിച്ചു നോക്കി. രോഹിത് ചായക്കപ്പ് നീട്ടി. അയാൾ വേണ്ടെന്നു തല വെട്ടിച്ചു. സഹനം കടിച്ചമർത്തിയ ചുണ്ടുകൾ

വിറകൊണ്ടു. പടന്നപ്പല്ലുകൾ കീഴ്ചുണ്ടിൽ അടയാളം വെച്ചിരിക്കുന്നു. രോഹിത് നിർബന്ധിച്ചുകൊണ്ട് മഹിയെ ചായ കുടിപ്പിച്ചു.

ഏലച്ചായ ചുവച്ചതും ഏതോ ഒരോർമ്മയിൽ മഹി പൊട്ടിക്കരഞ്ഞു. മായയുടെ മടിയിൽ കിടന്നുറങ്ങുകയായിരുന്ന മോൾ ഒന്ന് ചിണുങ്ങി. മായ അവളെ നെഞ്ചോടു ചേർത്തു. ഇടതു കൈ കുത്തി മുന്നോട്ടാഞ്ഞു മഹിയുടെ ചുമലിൽ കൈയമർത്തി. മൂകമായി ഉണർന്നിരിക്കുന്ന ദൽഹി അവരെയും കാത്തിരിക്കുകയായിരുന്നു.

കർപ്പകത്തിന്റെ ഫ്ലാറ്റ് കണ്ടുപിടിക്കാൻ പ്രയാസമുണ്ടായില്ല. താഴെ പത്തു മുപ്പതാളുകൾ നില്ക്കുന്നുണ്ട്. രോഹിത് കാർ ഒതുക്കി പുറത്തിറങ്ങി. മോളെ തോളിലിട്ട് പിറകെ മായയും. മഹിക്ക് ഇറങ്ങാൻ രോഹിത്തിന്റെ സഹായം വേണ്ടിവന്നു. മഹിയെ കണ്ടതും കൂടി നിന്ന പുരുഷാരം ഒന്നിളകി. പരിചയമുള്ള ശബ്ദങ്ങൾ അയാളുടെ കാതിൽ തേനീച്ചകളെപ്പോലെ മൂളി നടന്നു. രണ്ടുപേര് മുന്നോട്ടുവന്നു മഹിയെ പിടിച്ചു. വെങ്കിടേഷ്, ദൊരൈസ്വാമി.. കർപ്പകത്തിന്റെയും അയാളുടെയും സഹപ്രവർത്തകർ. സഹചാരികൾ.. അവരുടെ ജീവിതത്തിന്റെ മൗന സാക്ഷികൾ. മഹി അവരുടെ കൈ മുറുക്കിപ്പിടിച്ചു. ഒന്നും പറയാനാവാതെ ഇരുവരും കൈ മലർത്തി. വിതുമ്പലടക്കി.

മഹിക്ക് പിന്നാലെ മായയും ഒടുവിലായി രോഹിതും ഫ്ലാറ്റിലെ പടികൾ കയറി. ചന്ദനത്തിന്റെയും കുന്തിരിക്കത്തിന്റെയും മണം മൂക്കിലേക്കടിച്ചു കയറിയപ്പോൾ മായ ഒന്ന് വിഷമിച്ചു. നടന്നടുക്കും തോറും നെഞ്ചിടിപ്പ് കൂടി. അവൾ മഹിയെ നോക്കി. ശുഷ്കമായ ആ ശരീരം വെങ്കിയുടെ ചുമലിലാണ്. ദൊരൈസ്വാമിയുടെ കയ്യിൽ മുറുക്കിപ്പിടിച്ചിട്ടുണ്ട്. അവർ ഹാളിലേക്ക് കടന്നതും വിതുമ്പിക്കൊണ്ടിരുന്നവർ നിശബ്ദരായി. എല്ലാവരും മഹിയെ ഉറ്റുനോക്കി. മഹി ആരെയും കണ്ടില്ല. ഒന്നും കണ്ടില്ല. കണ്ണടച്ചില്ലുകൾ എല്ലാം അവ്യക്തമാക്കിയിരിക്കുന്നു നിസ്സഹായതയോടെ ചുറ്റും നോക്കി. ചുറ്റും കോടമഞ്ഞ്. ഒന്നും കാണുന്നില്ല. വെങ്കിടേഷ് അയാളെ പിടിച്ചു നിലത്തിരുത്തി. ഐസ് പെട്ടിയിൽ തൊട്ടതുപോലെ...മഹി കൈ വലിച്ചു. മഹിയുടെ കാഴ്ച്ച വ്യക്തമായി. ശീതീകരിച്ച ചില്ലുപെട്ടിക്കകത്ത് മുഖമൊഴികെ മറ്റെല്ലാം മൂടിക്കെട്ടി കണ്ണടച്ചുറങ്ങുകയാണ്. ആദിത്യൻ. മഹി കരഞ്ഞില്ല. അലറി. തൊണ്ടപൊട്ടിയിട്ടും അലറി. ആരും അയാളെ പിടിക്കാൻ വന്നില്ല. പെട്ടിക്കുമുകളിലൂടെ ആദിത്യനെ തൊടാൻ ശ്രമിച്ചു. ഉമ്മ വെക്കാനായി മുഖംകോരിയെടുക്കാൻ നോക്കി. ആദി അകലെയാണ്. ഒരു ചില്ല് പെട്ടിയുടെ അകലം. അവൻ ഒന്നുമറിയാതെ ഉറങ്ങുകയാണ്.

നിഷ്കളങ്കമായി മന്ദഹസിച്ചുറങ്ങുന്നു. മഹി അവനെ പെട്ടിക്കുമുകളിലൂടെ ആപാദചൂഡം തലോടി. ആദിത്യൻ ഇക്കിളി കൊണ്ട്

ചിരിക്കുന്നുണ്ടോ? മഹി ആശയോടെ തലയുയർത്തി നോക്കി. അയാൾ അവനോടൊട്ടിയിരുന്നു.

പണ്ട് തുടയോട്ടു തുട ഒട്ടിയിരുന്നതുപോലെ.. തല പിടിച്ചു വലിച്ചുകൊണ്ട് അയാൾ വികലമായൊരു ശബ്ദം പുറപ്പെടുവിച്ചു.

"എ...ന്റെ മോ...നേ..."

ആദി കേട്ടില്ല. കർപ്പകം കണ്ണ് തുറന്നു. മഹേഷ് വന്നിരിക്കുന്നു! അവൾ പുലമ്പി.

"ആദീ... അപ്പാ വന്നിട്ടാന്ങ്കെ... എഴുന്തിരെടാ...ആദീ..കണ്ണാ... [illegible].."

മഹി കർപ്പകത്തെ കേട്ടു. അവളുടെ തീരാനഷ്ടം തന്റെ കയ്യെത്തും ദൂരത്ത് പെട്ടിയിൽ ഒതുക്കപ്പെട്ടിരിക്കുന്നു. മഹി അവളെ കെട്ടിപ്പിടിക്കാൻ മുന്നോട്ടാഞ്ഞു.

അദൃശ്യമായ വിലക്ക് പോലെ മായയും മോളും! മഹി തലക്കു കൈ കൊടുത്തു കുനിഞ്ഞിരുന്നു. കണ്ണീർ പിൻവാങ്ങി. എല്ലാം വ്യക്തമായി കാണാം. അയാൾ ആദിയെ നോക്കി. അവൻ വലുതായിരിക്കുന്നു. അവർ പിരിയുമ്പോൾ ആദിക്ക് നാല് വയസ്സ്. ആറു വർഷം കൊണ്ട് വലിയ ആളായിരിക്കുന്നു. അവന്റെ പൂർണസംരക്ഷണം കർപ്പകം വാശി പിടിച്ചു നേടിയപ്പോൾ പാടെ മറന്നത് എന്തിനായിരുന്നു? പിരിഞ്ഞതിനു ശേഷം ആദിയെ കണ്ടത് വെറും രണ്ടു തവണ. മഹി ആദിയുടെ മുഖത്തോട് ചേർന്ന് മന്ത്രിച്ചു..

"കണ്ണാ...അപ്പേടെ കണ്ണേ..."

ആദി അനങ്ങുന്നുണ്ടോ എന്നു മഹി ഇമ വെട്ടാതെ നോക്കി. ഇല്ല. അവൻ ഉറങ്ങുകയാണ്. വിജിഗീഷുവിന്റെ ഭാവത്തോടെ. അപ്പയെ ഡൽഹി വരെ വരുത്തിയ ഭാവം.. അമ്മായെ തോല്പ്പിച്ച ഭാവം.. മഹി അവനരികിൽ കുനിക്കൂടിയിരുന്നു.

ഇടയ്ക്ക് ഉണർന്ന മോൾ മായയുടെ ഒക്കത്തുനിന്നും ഊർന്നിറങ്ങി മഹിയുടെ അടുത്ത് വന്നിരുന്നു. അവളെ ചേർത്തു

പിടിച്ചുകൊണ്ട് മഹി പിറുപിറുത്തു.

"കണ്ണാ പാര് കണ്ണാ..തങ്കച്ചിയെ പാര്."

ആദി അവളെ വിസ്മയത്തോടെ നോക്കി. കളിപ്പാട്ടങ്ങൾ കൊടുത്തു. വീഴാതിരിക്കാൻ കയ്യിൽ പിടിച്ചു. കെട്ടിപ്പിടിച്ച് തുരുതുരാ ഉമ്മ വെക്കുന്നു. മഹി സന്തോഷം കൊണ്ട് ചിരിച്ചു. രോഹിത് അയാളെ പിടിച്ചെഴുന്നേൽപ്പിച്ചു. മഹി ആദിയെ നോക്കി. ഉൾക്കൊള്ളാൻ കഴിയാത്ത സത്യമായി ആദി കിടന്നു. വൃത്തിയോടെ... കുളിച്ചിട്ട്... വെള്ളപുതച്ച്...

സേലത്തായിരുന്നപ്പോൾ കാലു കഴുകാതെ കിടക്കുന്ന ആദിയെ നോക്കി കർപ്പകം പിറുപിറുക്കുന്നോ? തനിക്കു നേരെ ഒളിയമ്പുകൾ തൊടുത്തു വിടുന്ന കർപ്പകം... മഹി തല പൊത്തിപ്പിടിച്ചു. അകത്ത് വിസ്ഫോടനം നടക്കുന്നു.

അകത്ത് കട്ടിലിന്റെ ഒരറ്റത്ത് ദ്വാരകനാഥ് ഇരിക്കുന്നു. ബെഡ്ഷീറ്റ് വായിൽ കടിച്ചു വച്ചിരിക്കുന്നു. അയാൾക്ക് സഹിക്കാനാവുന്നില്ല. കർപ്പകത്തിന്റെ ഭർത്താവ്. ആദിയുടെ പെരിയ ഫ്രണ്ട്.

ഉത്തരവാദിത്തം നഷ്ടപ്പെട്ട വേലക്കാരൻ തന്റെ യജമാനനോട് കെഞ്ചും പോലെ അയാൾ മഹിയുടെ കൈ പിടിച്ചു.

“ഒരു നിമിഷം...ഒറ്റ നിമിഷം... ആദി എൻ കൈവിട്ടു പോയാച്ച്...” മഹി കേട്ടിരുന്നു. ഒന്നും കേട്ടുമില്ല. അയാൾ ഏതോ സ്വപ്നത്തിലായിരുന്നു. ദ്വാരകനാഥ് പറഞ്ഞു കരഞ്ഞു.

അന്ന് ആദിയും കർപ്പകവും തർക്കിച്ചത് ഗുരുവായൂരപ്പന്റെ മോതിരത്തെ ചൊല്ലിയായിരുന്നു. രോഹിത്തങ്കിളിന്റെ വശം അച്ഛമ്മ കൊടുത്തയച്ച മോതിരം ആദിക്ക് ഇപ്പോൾ തന്നെ കിട്ടണം. മഹിയെ പാടെ വെറുത്ത കർപ്പകം മലയാളികളെ മാത്രമല്ല മലയാളികളുടെ ദൈവത്തെയും വെറുത്തു. ആദി അതേ അളവിൽ മഹിയെ സ്നേഹിച്ചു, മലയാളികളെ സ്നേഹിച്ചു, അവരുടെ ദൈവത്തെ ആരാധിച്ചു. ദ്വാരകനാഥിന്റെ മുൻപിലെങ്കിലും ആദി ജയിച്ചു നിന്നു. അയാൾ അവനെ അംഗീകരിച്ചു. അവന്റെ ആവശ്യങ്ങളെയും.

മഹിയുടെ ഫോട്ടോകൾ, മറന്ന് വച്ച വാച്ച്, അച്ഛമ്മ കൊടുത്തയച്ച മോതിരം ഇതെല്ലാം ആദിയുടെ സ്വത്തായി മാറി. ഒരിക്കൽ കർപ്പകം അവനോട് അപ്പയുടെ “മഹത്വം” പറഞ്ഞു.

“ഉൻ അപ്പാവുക്ക് പെൺകൊളന്തയിരുക്ക്.”

കർപ്പകം ചുണ്ട് കോട്ടി. ആദിയുടെ മുഖം വാടുന്നതവൾ മുൻകൂട്ടിക്കണ്ടു. അവൻ കൂസാതെ പറഞ്ഞു.

“അമ്മാക്കും ഒരു പെൺകൊലന്തേ ഇരുക്ക്.. അപ്പാക്ക് മുന്നാടിയെ പിറന്തിട്ടാങ്കെ.”

കർപ്പകത്തിന്റെ വായടഞ്ഞു പോയി. ആദി മലയാളികളെ അനുകരിക്കുന്നത് കർപ്പകം ഭയത്തോടെ കണ്ടു. അവൾക്ക് ഭീതിയായിരുന്നു മഹിയുടെ ബലഹീനതകളെ, അലസമായി മേച്ചിൽപ്പുറങ്ങൾ തേടുന്ന ആ കണ്ണുകളെ.. ആദിയുടെ കണ്ണുകൾ അവളെ അലോസരപ്പെടുത്തിയിരുന്നു.

അന്ന്.. ഏറെ മണിക്കൂറുകൾക്കു ശേഷം ആദി അത് തിരഞ്ഞു പിടിച്ചു. കിട്ടിയപാടെ ദ്വാരകനാഥിനെ കാണിക്കാൻ ടെറസ്സിലേക്ക്

ഓടിക്കയറിയതാണ്. കർപ്പകം വാഷ് ചെയ്തുവച്ച തുണികൾ ഉണക്കാനിടുകയായിരുന്നു അയാൾ. ഓടിക്കയറിയ ആദി തന്റെ കൺ മുമ്പിലൂടെ വഴുക്കി വീണു. ഒന്ന് തൊടാൻ കൂടി പറ്റാതെ ഒരു കുരുവിക്കുഞ്ഞിനെപ്പോലെ താഴേക്ക് പതിച്ചു. അയാളുടെ കണ്ണിൽ ഇരുട്ടടച്ചു. അയാൾ കേട്ടു കർപ്പകം പുലമ്പുന്നു.

“കണ്ണാ...എഴന്തിരെടാ...” അപ്പോഴും ആദി മുറുക്കെ പിടിച്ചിരുന്നു ഗുരുവായൂരപ്പന്റെ മോതിരം.

ദ്വാരകനാഥ് മഹിയുടെ മുമ്പിൽ മുട്ടുകുത്തിയിരുന്നു കരഞ്ഞു. മഹി അനങ്ങിയില്ല. മറന്നുവച്ച മാണിക്യം തിരിച്ചെടുക്കാനെത്തിയ വെള്ളിസർപ്പം കണക്കെ അയാളിരുന്നു. ദ്വാരകാനാഥ് തലക്കടിച്ചു. വീണ്ടും വീണ്ടും അടിച്ചു. മോളെയുമെടുത്ത് മായ മുറിയിലേക്ക് വന്നു. അവൾക്ക് കൈ കഴക്കുന്നുണ്ടായിരുന്നു. ക്ഷണിക്കാതെ വന്ന അതിഥിയെപ്പോലെ അവൾ പരുങ്ങുകയാണ്. പുറത്തെ മുറുമുറുപ്പുകൾ മുഖം തിരിക്കുന്നത് അവൾക്കു നേരെയാണ്. ദ്വാരകനാഥ് അവളുടെ കയ്യിൽ നിന്നും കുട്ടിയെ വാങ്ങി കട്ടിലിൽ കിടത്തി. അവിടെ മായ കണ്ടു. സമപ്രായക്കാരിയായ ഒരു കുട്ടി കൂടി ഉറങ്ങുന്നു.

“ആദിയുടെ തങ്കച്ചിമാർ” ദ്വാരകാനാഥ് പുലമ്പി. അയാൾ അവളെയും കൂട്ടി കർപ്പകത്തിനടുത്തേക്ക് നടന്നു. പിച്ചും പേയും പറഞ്ഞിരിക്കുന്ന കർപ്പകത്തെ മായ കണ്ടു. മഹിക്ക് മുമ്പിൽ എക്കാലവും വിജയിച്ച നിന്ന കർപ്പകം. ആദി തോല്പ്പിച്ചു കളഞ്ഞ കർപ്പകം. മായ എന്തു ചെയ്യണമെന്നറിയാതെ വിഷമിച്ചു. ഹാളിൽ ചെന്ന്നില്ക്കാനോ ആദിത്യനെ കാണാനോ ഉള്ള ത്രാണി അവൾക്കില്ലായിരുന്നു. എല്ലാവരും ഹാളിലേക്ക് കയറി വന്നു. പെട്ടന്നൊരു തിക്കും തിരക്കും. ഇനിയാരും വരാനില്ലാത്തത് കൊണ്ട്...

ആദിക്ക് പോകാൻ സമയമായി. രോഹിത് മഹിയുടെ ഷർട്ട് ഊരി ഒറ്റയിഴ തോർത്ത് ഉടുക്കാൻ കൊടുത്തു. യാന്ത്രികമായി മഹി അനുസരിച്ചു. കർപ്പകത്തിന്റെ ബന്ധുക്കളും മഹിയും കൂടി ആദിയെ എടുത്തു. കർപ്പകം ഭ്രാന്തിയെപ്പോലെ അലറി എല്ലാവരെയും തടഞ്ഞു. അവളെ പിന്തിരിപ്പിക്കുന്ന കൂട്ടത്തിൽ മായയുമുണ്ടായിരുന്നു. കലുങ്ങി വിറച്ചുകരഞ്ഞുകൊണ്ട് ദ്വാരകനാഥ് ആദിയുടെ പാദങ്ങളിൽ കൂട്ടിപ്പിടിച്ചു. മാപ്പപേക്ഷിക്കും പോലെ. ഉള്ളം കയ്യിലിരിക്കുന്ന തണുത്ത തല മഹി മുഖത്തോട് ചേർത്തു. നീണ്ടമൂക്കിൻ തുമ്പിലെ വിയർപ്പുകണമണികൾ നക്കിരുചിക്കുന്ന ആദിയെ മഹിക്കോർമ്മ വന്നു. കർപ്പകവും അവനും തമ്മിൽ പിണങ്ങുന്നത് അതിനായിരുന്നു.

ശ്മശാനത്തിലെ ഇരുമ്പ്പാത്തിയിൽ അവർ അവനെ കിടത്തി.

ആദിയുടെ തലക്കടിയിൽ നിന്നും കൈ എടുക്കാൻ മഹി വിസമ്മതിച്ചു. മറ്റുള്ളവർ അയാളെ ബലമായി വിടുവിച്ചു.

"അവന്റെ തല വേദനിക്കും" മഹി പുലമ്പി. മഹി കുനിഞ്ഞു നിന്ന് ഇരുമ്പ് പാത്തിയിലെക്ക് മുഖമർത്തി. അയാൾ ചെവി കൂർപ്പിച്ചു. ആദി ഒന്നനങ്ങിയോ...

ചുരുട്ട് വലിച്ചു കൊണ്ട് നിന്ന മറാത്തിക്കാരൻ വയസ്സൻ ഇരുമ്പ്പാത്തി ഉള്ളിലേക്ക് തള്ളിക്കൊണ്ട് പോയത് മഹി അറിഞ്ഞില്ല. മറ്റുള്ളവർ വാവിട്ടു കരഞ്ഞത് അയാൾ കേട്ടില്ല. അയാളുടെ മനസ്സ് മുഴുവൻ അവിടെയായിരുന്നു. സേലത്ത്. കർപ്പകത്തിന് വേദനകിട്ടിയ രാത്രി. കൂട്ടിനാരുമില്ലാതെ ഒറ്റക്ക് ലേബർ റൂമിനു മുമ്പിൽ കഴിച്ചു കൂട്ടിയ രാത്രി.

കല്യാണം കഴിച്ചതറിയാത്തത് കൊണ്ട് പ്രസവവും അറിയേണ്ടെന്നവീട്ടുകാരുടെ നിലപാട് കർപ്പകത്തെ അറിയിക്കാത്ത രാത്രി. ആശ്ചര്യപ്പെടുത്തിക്കൊണ്ട് ഒറ്റക്ക് ട്രെയിൻ കയറി അമ്മ വന്ന രാത്രി. മഹിചെവിയോർത്തു. കരച്ചിൽ കേൾക്കുന്നുണ്ടോ? അയാൾ അക്ഷമയോടെ അടഞ്ഞ വാതിലിനു നേരെ നോക്കി. വാതിൽ തുറന്ന് വയസ്സൻ മറാത്തിക്കാരൻ പുറത്തേക്ക് വന്നു.

അയാൾ മഹിയുടെ കയ്യിൽ ഒരു ഏലസ്സ് കൊടുത്തു. ഗുരുവായൂരപ്പന്റെ ചുവന്ന മോതിരവും.. നേഴ്സ് തന്ന മെഡിസിൻ ശീട്ടു പോലെ മഹി അത് വാങ്ങി നോക്കി. പിന്നെ അയാൾ നീട്ടിയ ചെറിയ കുടം മഹി ഇരു കയ്യാലും നീട്ടി വാങ്ങി. ചെമ്പട്ടിൽ പൊതിഞ്ഞ ആ കുടം നെഞ്ചോടടുക്കി പിടിക്കുമ്പോൾ അയാൾ മന്ദഹസിച്ചു. കുഞ്ഞിനെ ഏറ്റുവാങ്ങിയ അതേ മന്ദഹാസത്തോടെ അയാൾ ആ കുടം ചേർത്തുപിടിച്ചു. വീണു പോവാതിരിക്കാൻ കൂടുതൽ ശ്രദ്ധയോടെ ചേർത്തുപിടിച്ചു.

●

ടീച്ചർ പ്ലസ്

ഉമ്മറത്ത് വണ്ടി നിർത്തുന്ന ശബ്ദം ആമിനാബി കേട്ടതായി ഭാവിച്ചില്ല. ആവശ്യക്കാർ ബെല്ലടിക്കും. അവൾ മുകളിലേക്ക് നോക്കി. ബൾബ് കത്തുന്നില്ലേ. ഇല്ല. കറണ്ടില്ല. ആമിനാബി ചെവി കൂർപ്പിച്ച് നിന്നു. വാതിലിൽ മുട്ടുന്നുണ്ടോ? ഇടവപ്പാതി തകർത്തു പെയ്യുന്നുണ്ട്. പുറത്തു നിന്നും വിളിക്കുന്നത് മഴ കാരണം കേൾക്കാത്തതാണ്. ആമിനാബി തട്ടം നേരെയാക്കി. പാത്രം കഴുകിക്കൊണ്ടിരുന്ന കൈകൾ രണ്ടും നൈറ്റിയിലെ ഇരുവശത്തും തുട കൂട്ടി തുടച്ചു. അവിടം തഴമ്പ് വന്നിരിക്കുന്നു. വാതിൽ തുറക്കാൻ മുന്നോട്ട് പോകുമ്പോൾ കണ്ണാടിയിലൊന്നു പാളി നോക്കി. തട്ടം ഒന്നുകൂടി നേരെയാക്കി. കട്ടിലിൽ മൂടിപ്പുതച്ചു കിടക്കുന്ന ശഹീദിനേക്കണ്ടപ്പോൾ ആമിനാബി കൂടുതൽ സന്തോഷവതിയായി. മുട്ടിന് ശക്തി കൂടി. അവൾ തിടുക്കപ്പെട്ട് വാതിൽ തുറന്നു.

പരിചിത മുഖങ്ങൾ.!

പ്രയാസപ്പെട്ടു ചിരിച്ചെന്നു വരുത്തുകയാണെന്ന് ആഗതരെ അറിയിക്കും തക്കവിധം ആമിനാബി ചുണ്ടുകൾ വികസിപ്പിച്ചു.ദയനീയതയുടെ മുഖചിത്രങ്ങൾ അവരെ പ്രതീക്ഷയോടെ നോക്കി ഭംഗിയായി ചിരിച്ചു.

ആമിനാബി ഉള്ളിലാർത്തു വന്ന സന്തോഷത്തിന്റെ തിര പണിപ്പെട്ട് അടക്കി പിടിച്ചു.

'മൊയിതീനിക്ക എന്തു പറഞ്ഞു?'

അവരിലെ പുരുഷശബ്ദം ഭവ്യതയോടെ ചോദിച്ചു

'ആലോചിക്കാന്നു പറഞ്ഞു.'

ഒട്ടും പ്രസന്നതയില്ലാത്ത മറുപടി.

പുരുഷനും സ്ത്രീയും പരസ്പരം വിഷണ്ണരായി നോക്കി. മഴയത്ത്

തണുത്ത് വിറച്ച നില്ക്കുന്ന അവരോട് ആമിനാബി ഇരിക്കാൻ പറഞ്ഞില്ല.

അവർ കൂടുതൽ സൗഹൃദം ഭാവിച്ച് ഉമ്മറത്തെ കസേരയിൽ ഇരുന്നു. പക്ഷേ ആമിനാബി അടുക്കുന്ന ലക്ഷണമില്ല. സാരിത്തലപ്പുകൊണ്ട് കൈത്തണ്ടയിലെ മഴവെള്ളം തുടച്ചുകള യുന്നതിനിടെ സ്ത്രീസഹജമായ പുഞ്ചിരിയോടെ ഒരു ചോദ്യം.

"ശഹീദ് മോനെവിടെ?"

ആ ചോദ്യം ആമിനാബിയുടെ ഹൃദയത്തിൽ കൊണ്ടു. മക്കളെ മറ്റുള്ളവർ സ്നേഹിക്കുമ്പോഴാണ് അമ്മമാർ ധന്യരാവുക. എന്നാലും വിട്ടുകൊടുക്കാൻ ആമിനാബി തയ്യാറായില്ല. അവൾ പരുക്കനായി.

"ഓനിന്നലെ നടന്നിട്ട് കാലു വേദന കൊണ്ട് കിടപ്പാ."

ആഗതർ പരസ്പരം നോക്കി. പുരുഷൻ പോംവഴി കണ്ടെത്തി.

"നാളെ മുതൽ വണ്ടി ഏർപ്പാടാക്കാം."

"അതിനു കൊറേ പൈസയാവൂലെ." ആമിനാബി ചൊടിച്ചു.

"അതൊന്നും ഇത്താത്ത നോക്കണ്ട."

ഉത്സാഹമുള്ള സ്ത്രീശബ്ദത്തിന്റെ മറുപടി.

പെട്ടെന്ന് കീഴടങ്ങണ്ടാന്നു ആമിനാബിയുടെ ഉള്ളിൽ നിന്നാരോ പറഞ്ഞു.

"മൊയിതീനിക്ക വിളിക്കുമ്പോൾ ചോദിക്കട്ടെ."

"ബാബു ഒരു കാര്യം പറഞ്ഞിരുന്നു." പുരുഷൻ ഒരു കള്ളച്ചിരിയോടെ അവളെ നോക്കി. ആമിനാബി ചൂളിപ്പോയി. അവൾ തട്ടം ഒന്ന് കൂടിവലിച്ചിട്ടു. അയാൾ അല്പം കൂടി അടുത്ത് നിന്നു.

"മൊയിതീനിക്ക ഇല്ലാത്തതു കൊണ്ട്..."

ആമിനാബി അയാളെ ആപത്ശങ്കയിലെന്നപോലെ നോക്കി. ഒപ്പമുള്ള സ്ത്രീ പിന്താങ്ങുന്ന മനോഭാവവുമായി ഇരിക്കുന്നു.

"മൊയിതീനിക്ക ഇല്ലാത്തത് കൊണ്ട് സമയം പോകുന്നില്ലാന്നു ബാബൂനോട് പറഞ്ഞിരുന്നല്ലേ..." അയാൾ പോക്കറ്റിൽ കയ്യിട്ട് ഒരു കടലാസെടുത്ത് അവൾക്കു നേരെ നീട്ടി.

"മുപ്പത്തിനാല് ഇഞ്ച് എൽ.സി.ഡി. ടീവിയാ...ചുവരിൽ വെക്കുന്ന തരമാ.. ഹോം പാലസിൽ പോയി ഈ ബില്ല് കൊടുത്താൽ മതി. സാധനം ഇവിടെ എത്തിക്കാനുള്ള വണ്ടിയും ഏർപ്പാടാക്കിയിട്ടുണ്ട്. ഡിടിഎച്ച് എടുക്കാൻ ആള് വരും."

ആമിനാബിയുടെ മുഖം കരണ്ടില്ലാത്ത ഇടവപ്പാതിയിലും സൂര്യനെ തോൽപ്പിക്കും വണ്ണം തെളിഞ്ഞു. അവൾക്കു ശഹീദിനെ കെട്ടിപ്പിടിച്ചു ഉമ്മ കൊടുക്കാൻ തോന്നി. മൊയ്തീനിക്കയോട് വഴക്കിട്ടു പ്രസവം നിർത്തിയത് അബദ്ധമായിപ്പോയി. വഴുവഴുക്കുള്ള പാറയിൽ ഒരു പിടിവള്ളി കിട്ടിയ സന്തോഷത്തോടെ സ്ത്രീരൂപം എഴുന്നേറ്റ് ആമിനാബിക്കടുത്തെത്തി.

"മൊയിതീനിക്ക ദാമാമിലല്ലേ..." മുത്തുകൾ പൊഴിക്കുന്ന

പുഞ്ചിരിയോടെ അവർ അന്വേഷിച്ചു.

"ഉം..."

വാക്കുകൾക്ക് കട്ടപ്പമേറുമോ എന്ന ഭയന്ന് അവൾ മൂളി.

"എന്റെ ഹസ്ബന്റ് സൗദിയിലെ ഒരു കമ്പനിയിൽ മാനെജെരാ.. വിളിക്കുമ്പോൾ ഞാൻ ശഹീദിന്റെ ഉപ്പയുടെ കാര്യം പറയുന്നുണ്ട്."

മൊയ്തീൻ കള്ളവിസയിൽ ജോലി ചെയ്യുന്ന കാര്യം പറഞ്ഞ ബാബുവിന് അവർ മനസ്സാ നന്ദി പറഞ്ഞു.

ആമിനാബി അവർക്ക് ചായ എടുക്കാൻ അകത്തേക്കോടി.

അവർ സ്നേഹത്തോടെയും അല്പം അധികാരത്തോടെയും അവളെ [illegible]. ഇറങ്ങുമ്പോൾ അവർ ഒറ്റ സ്വരത്തിൽ ഓർമിപ്പിച്ചു,

"നാളെ വണ്ടി വരുമ്പോൾ മോനെ മിടുക്കനാക്കി പറഞ്ഞയക്കണം.. ഇൻസ്പെക്ഷൻ ഉള്ളതാ.."

ആമിനാബി അനുസരണയോടെ തലയാട്ടി.

പക്ഷേ... മനസ്സിൽ ഒരു കല്ലുകടി അപ്പോഴും ബാക്കിയായി...

ബാബുവിനോട് ഫ്രിഡ്ജിന്റെ കാര്യം പറഞ്ഞാൽ മതിയായിരുന്നു.

കുട നിവർത്തിപ്പിടിച്ചു നടക്കുമ്പോൾ പുരുഷനോട് സ്ത്രീ ചോദിച്ചു.

"ഡിവിഷൻ ഫാളുണ്ടായി പണിപോയാൽ കൊടുത്ത പൈസ തിരിച്ചുതരില്ലേ.."

അതിനു മാനേജർക്ക് അല്ഷിമേഴ്സാ.. സ്കൂള്തന്നെ ഓർമയില്ല ... പിന്നല്ലേ പൈസ."

"എന്നാലും മക്കൾക്ക് ഓർമ്മ കാണില്ലേ..."

"രേഖയിലില്ലാത്ത പൈസക്കെന്തിനാ ടീച്ചറെ ഓർമ്മ"

നെടുവീർപ്പോടുകൂടിയുള്ള മറുപടിക്കൊപ്പം അയാൾ

ബാങ്ക് ലോണിന്റെ ഗഡു അടക്കാൻ നിർദ്ദേശിച്ചു കൊണ്ട് വരുന്ന മെസ്സേജുകൾ ഒന്നൊന്നായി ഫോണിൽ നിന്നും ഡിലീറ്റ് ചെയ്തു കൊണ്ട് നടന്നു.

സൗജന്യവും സാർവത്രികവും നിർബന്ധിതവുമായ വിദ്യാഭ്യാസത്തിന്റെ പിതാവിനെ മുമ്പിൽ കുനിഞ്ഞു നടക്കുന്നയാളുടെ തലയിൽ ടീച്ചർ തെളിഞ്ഞു കണ്ടു. അവർ ഒരു കമന്റ് പറഞ്ഞു.

"രണ്ടു വശത്തെയും മുടി കൂടി പോയാൽ സാറ് ഗാന്ധിജി തന്നെ."

കയ്യിലെ ലിസ്റ്റ് നോക്കി വലത്തോട്ട് ചൂണ്ടിക്കൊണ്ട് അയാൾ പറഞ്ഞു

"അനുമോൾ അഞ്ചര വയസ്സ്"

മുഖത്തു പ്രസന്നത വരുത്തിക്കൊണ്ട് ഇരുവരും മുറ്റത്തേക്കു കടന്നു. ഇത്തവണ സ്ത്രീ മുൻകയ്യെടുത്തു കൊണ്ട് മുട്ടി.

ഒന്നല്ല... ഒരുപാട് തവണ...

●

മൊലപ്പാമ്പ്

അരിവാളെവിടെടി പൊന്നു താത്തേ
അരിവാളിന്നലെ പുല്ലുവെട്ടി
ആ പുല്ലെവിടെടി പൊന്നു താത്തേ
ആ പുല്ലിന്നലെ പശു തിന്നു
ആ പശു എവിടെടി പൊന്നു താത്തേ
ആ പശു ഇന്നലെ ചത്തുപോയി.

താടിക്ക് കയ്യും കൊടുത്തിരിക്കുന്ന വിമലാമ്മക്ക് മുമ്പിലിരുന്ന് പിള്ളേര് താളത്തിൽ കൈകൊട്ടി കളിക്കുമ്പോൾ കല്ലെടുത്ത് എറിഞ്ഞാലോന്ന് തോന്നാതിരുന്നില്ല. പാവം മക്കള് ഒന്നുമറിയാതെ എന്തൊക്കെയോ പാടുന്നു. വിമലാമ്മ ശൂന്യമായ ആലയിലേക്ക് ഒന്നുകൂടി നോക്കി. കഷ്ടം! ആല നിറഞ്ഞുനിന്നിരുന്നതാണ് അമ്മിണിപ്പയ്യ്. എന്നും ഓരോ കുശുമ്പും ഏനക്കേടും കാണിക്കുമെങ്കിലും പാലിന് ഒരു മൊടക്കോം ഇല്ലായിരുന്നു. രാവിലെ ആലേല് ചത്ത് മലച്ച് കെടക്കുന്ന രംഗം ഓർത്തപ്പോൾ വിമലാമ്മയുടെ കണ്ണിൽ നിന്നും കുടുകുടാ ഒഴുകി. അതില്ലാതിരിക്കുമോ, രണ്ടു നേരവും കൂടി പതിനാല് ലിറ്റർപാൽ. നല്ലയിനം ജഴ്സിപ്പശു. ഇടയിൽ അഞ്ചു ബ്രോക്കർമാർ നിന്നാലും എല്ലാവർക്കും കൂടി കൊടുത്ത് തട്ടിക്കഴിച്ചതിന്റെ ബാക്കി ഒരു നാല്പത്തിരണ്ടായിരം രൂപ കയ്യിൽ എണ്ണിവാങ്ങാം. പെറ്റിട്ട് മൂന്നുമാസം ആവുന്നതേയുള്ളൂ. അതിന്റെയൊരു ഇളപ്പമുണ്ട്. ചായയിൽ എത്ര ഒഴിച്ചാലും നന്നാവൂല. വിമലാമ്മക്ക് മേലാകെ കുഴഞ്ഞു. കറക്കാൻ ചെല്ലുമ്പോൾ കണ്ണുമടച്ച് നിന്ന നില്പിലങ്ങനെ ചെറുതായി ആടും അമ്മിണി. അവസാനത്തെ തുള്ളിയും കൂടി ഊറ്റി പാത്രത്തിലുറ്റിക്കുമ്പോൾ വാലുകൊണ്ടൊരടി

കിട്ടും വലതുകൈക്ക്. അപ്പോഴാണ് മണിക്കുട്ടനെ ഓർമ്മയാവുക. മണിക്കുട്ടനൊരു പോക്കിരിയാണ്. കഴുത്ത് ആലയുടെ അഴിയോട് മുറുക്കികെട്ടിയാണ് അമ്മിണിയെ പിഴിയുക. പാല് മുറ്റത്തേക്ക് നീക്കിവച്ച് അവനെയൊന്ന് വിടേണ്ടതാമസം പിന്നെ അമ്മിണിയുടെ അകിടിൽ നിന്ന് [illegible] അവൻ [illegible]. ദേഷ്യം പിടിച്ചാൽ അവൻ അകിടിലേക്ക് മുഖമിട്ട് മുട്ടും. നല്ല വേദനയുണ്ടാവും അമ്മിണിക്ക്.

കറക്കുമ്പോൾ ഇന്നേവരെ മതി എന്നു തോന്നിയിട്ടില്ല. അമ്മിണി വേണം ഓർമ്മിപ്പിക്കാൻ ഒരു മില്ലിയെങ്കിൽ ഒരു മില്ലി അധികം കിട്ടായാൽ അതായല്ലോ.

ഇൻഷൂറൻസുകാര് വന്ന് നോക്കിയപ്പോയ സ്ഥിതിക്ക് ഇനി എന്തേലും നക്കാപ്പിച്ച കിട്ടുമായിരിക്കും. ന്നാലും ന്റെ അമ്മിണി.

അഞ്ചുകൊല്ലമായി കുടുംബത്തെ പോറ്റുന്നു. വിമലാമ്മയുടെ കണ്ണിൽ നിന്നും ധാര നിൽക്കുന്നില്ല. അവർ നെഞ്ചത്തു കൈവച്ചു.

പന്ത്രണ്ടാള് ഒന്നിച്ചുനോക്കിയിട്ടും ഒരനക്കം പേലുമാവാതായപ്പോഴാണ് ജോമോന്റെ ജെ സി ബി വന്നത്. ആ ഭീമാസുരന്റെ കയ്യിൽ കിടന്ന് കാലുകൾ താഴോട്ടു തൂങ്ങി അമ്മിണി അങ്ങോട്ടു മിങ്ങോട്ടും ആടുന്നത് കണ്ണിൽ നിന്നും മായുന്നില്ല. കുഴിയെടുത്തതും കുഴിയിലിട്ടതും കുഴിമൂടിയതും എല്ലാം ജെ സി ബി യാണ്. നാട്ടുകാർക്കൊരു കൗതുകകാഴ്ച.

ആരാന്റമ്മക്ക് പ്രാന്തുപിടിച്ചാല് കാണാൻ നല്ല ചേലാണല്ലോ. ആലയിരിക്കുന്ന സ്ഥലമൊന്നു കണിയാനെക്കൊണ്ട് നോക്കിക്കണം. അടുമ്പുമ്മലെ ഗുളികനൊരു പന്തം കുത്തണം. പയ്യിനെ പോറ്റാൻ തുടങ്ങിയിട്ട് കാലം കുറേയായി. ആദ്യമായിട്ടാണ് ഒരു നാക്കാലി കൺമുമ്പിന് പിടഞ്ഞ് ചാവുന്നത് കണ്ടത്.

അകത്തൊരെണ്ണം അകിടു വീങ്ങിയിരിക്കുന്നതിനെ ഇന്ന് തിരിഞ്ഞു നോക്കിയിട്ടില്ല. പെറ്റിട്ട് പതിനഞ്ചായിട്ടേയുള്ളൂ. രണ്ട് ദിവസമായി കുട്ടി പാല് കുടിക്കുന്നില്ല. കരച്ചിലോട് കരച്ചിൽ മൊലേന്റെ അടുത്തേക്ക് മുഖം കൊണ്ടു വരുമ്പോൾ കാറിക്കരയും. അതും മണിക്കുട്ടനാണ്. പെണ്ണിന്റെ കടിഞ്ഞൂൽ പേറാണ്. അമ്മിണീന്റെ പാലും നെയ്യും രണ്ടു നേരം മുടങ്ങാതെ കിട്ടീട്ടാവും നാല് കിലോയുണ്ടായിരുന്നു പെറ്റപ്പോൾ പള്ളേലിട്ട് പോറ്റിയതിന് ഡോക്ടർമാർ കണക്കറ്റ് ചീത്ത പറഞ്ഞതാണ്. തലയിങ്ങോട്ട് പോരാതായപ്പോൾ അവര് നീളത്തിലങ്ങ് വെട്ടി. നാല് തുന്ന് കൂടതലുണ്ടെന്നാണ് നഴ്സ് പറഞ്ഞത്. അതുകൊണ്ടാന്തായി പെണ്ണിപ്പഴും നിന്നാണ് കക്കൂസിൽ പോകുന്നത്. ചെറുതാണേൽ വായപൂട്ടാതെ കരയുകയാണ്. പെണ്ണിനാണെങ്കിലോ നെഞ്ചിൽ പാല് തിങ്ങിയിട്ട്

വേദനകൊണ്ട് കിടക്കാനും നടക്കാനുമാവാതെ പുളയുന്നു. എന്തൊക്കെ ചെയ്തിട്ടും കുഞ്ഞ് പാല് കുടിക്കുന്നില്ല. മൊലക്കണ്ണ് വായിലിട്ടാൽ മുഖം തിരിച്ചുകളയും. വിമലാമ്മ ധർമ്മസങ്കടത്തിലായി. പാവം അമ്മിണി. എത്രയോ ദിവസം നേരം വൈകി കറന്നിട്ടുണ്ട്.

പാല് അകിടിൽ കെട്ടി നിന്നാൽ മിണ്ടാനറിയുന്ന ഇരുകാലികളുടെ സ്ഥിതി ഇതാണേൽ നാക്കാലികളുടെ സ്ഥിതിയെന്തായിരുക്കും? കുടുംബശ്രീയുടെ പരിപാടിക്കു പോകുന്ന ദിവസങ്ങളിലൊന്നും തന്നെ അമ്മിണിയെ നേരാവണ്ണം കറന്നിട്ടില്ല. എന്നാലോ കറക്കാനെത്തുലാ ന്നറിഞ്ഞിട്ടും മണിക്കുട്ടനെ അവൾക്കടുത്തേക്ക് നീക്കി കെട്ടിയിട്ടുമില്ല. അഥവാ നേരത്തിനെത്തിയാലോ. വെറുതെയെന്തിന് അഞ്ചാറ് ലിറ്റർ പാല് കളയണം. വിമലാമ്മ പുല്ലൂട്ടയിലെ നനഞ്ഞ് കുതിർന്ന് വീർത്ത ഥാലിത്തീറ്റനോക്കി. ഉറുമ്പുകൾ വരിവരിയായി ബക്കറ്റിൻ പുറത്തേക്ക് പോകുന്നു. അവരും അനുശോചനം അറിയിക്കുകയായിരിക്കും.

അകത്ത് നിന്ന് പെണ്ണ് കരയുന്നു. അമ്മ പാല് പിഴിയുന്നുണ്ടാവും. രാത്രി അടുക്കളേലിരുന്നു അമ്മയൊരു സ്വകാര്യം പറഞ്ഞു. പണ്ട്, അമ്മയുടെ അമ്മ പെറ്റ് കിടക്കുന്ന സമയത്ത്, ഒരു കുഞ്ഞ് ഇതുപോലെ മൊലകുടിക്കാൻ കൂട്ടാക്കാതെ കരച്ചിലോട് കരച്ചിൽ. എന്തൊക്ക ചെയ്തിട്ടും വയറ്റാട്ടി വന്ന് നോക്കിയിട്ടും കാര്യമില്ല. മുലയോടടുക്കുമ്പോൾ കുട്ടികരയാൻ തുടങ്ങും. അങ്ങനെയിരിക്കുമ്പോൾ മൂത്തമ്മ വന്നു. മൂത്തമ്മ അമ്മയുടെ മുമ്പിലിരുന്ന് മുല തൊട്ടു. മെല്ലെ ചൂണ്ടുവിരൽ മുലക്കണ്ണി ലേക്ക് വച്ചു. അപ്പോഴതാ ഒരു കുഞ്ഞുസാധാനം തലനീട്ടി വിരലിന് കുത്തുന്നു. വിമലാമ്മ വായും പൊളിച്ചിരുന്നു അമ്മ ഗൗരവം വിടാതെ പറഞ്ഞു. അതും പതുക്കെ. അകത്തിരിക്കുന്ന കുട്ടി കേൾക്കാതെ.

'മൊലപ്പാമ്പ്'!

അമ്മമ്മ വിമലാമ്മയുടെ അന്തം വിട്ട കണ്ണിലേക്ക് നോക്കി. മൂത്തമ്മ ചൂണ്ടുവിരൽ വച്ചുകൊണ്ടേയിരുന്നു. കുത്താൻ വേണ്ടി പാമ്പ് മുന്നോട്ട് മുന്നോട്ട് വന്നപ്പോൾ തുണികൂട്ടി ഒറ്റപിടി. എന്നിട്ട് നീളത്തിൽ വലി ച്ചെടുത്തു. നൂലുപോലെ നീളമുള്ള വെളുത്ത ഒരെണ്ണം! പിന്നെ മൂത്തമ്മ ആരോടും പറയാതെ പിന്നാലെ ആരും വരരുതെന്ന് ആംഗ്യം കാണിച്ച് ഗുളികൻ തറയുടെ പിന്നിലെ പൂവത്തിൻ ചോട്ടിൽ പോയി കുനിഞ്ഞി രുന്നു എന്തോ മരുന്നുകൾ പറിച്ചു. മരുന്നിന്റെ പേര് ആരും പറയില്ല.

പറയാൻ പാടില്ല. മരുന്നരച്ച് രണ്ട് മുലക്ക് ചുറ്റും തേച്ച് മുലക്കണ്ണ് രണ്ടും മരുന്നിൽ പൊതിഞ്ഞ് മൂത്തമ്മ നോക്കിയിരുന്നു. ഒരു കാൽ നാഴികയോളം മൂത്തമ്മ കണ്ണ് ചിമ്മാതെ നോക്കിയിരിട്ടുണ്ടാവും.

അതാ ചാടുന്നു !

വിമലാമ്മയുടെ രോമങ്ങൾ എഴുന്നേറ്റ് നിന്നു രണ്ടു മൊലേന്നും കൂടി അഞ്ചാറ് പാമ്പുകൾ ! മരുന്നിന്റെ ചൂട് കൊണ്ട് എരിപൊരികിട്ടി പുറത്ത് ചാടിചത്തു. വിമലാമ്മയുടെ നെഞ്ച് പടപടാ മിടിച്ചു. ഇനിപെണ്ണിന്റെ മൊലേലുണ്ടാവോ ഇജ്ജാതി സാധനങ്ങൾ മുത്തപ്പാ.

വിമാലാമ്മ കയ്യ് രണ്ടും കഴുകിയെന്നു വരുത്തി പെണ്ണിന്റെ അകത്തു പോയി നോക്കി. അമ്മയും മോനും മൽ പിടുത്തമാണ് പിഴിയുംതോറും ചെവിയിലെ വെള്ളം കുട്ടിയിരട്ടിക്കും പോലെ പാല് വന്ന് നിറയുന്നു. ഭാരം കൊണ്ട് വളഞ്ഞാണ് പെണ്ണിരിക്കുന്നത്.

കുഞ്ഞാണേൽ നെഞ്ച് കാണുമ്പോൾ വാവിട്ട് കരയുന്നു. വിമാലാമ്മ മൂത്തമ്മയെ ഒന്നു അനുകരിക്കാൻ തീരുമാനിച്ചു. പെണ്ണിന്റെ ഒരു മൊല പുറത്തെടുത്ത് ചൂണ്ടു വിരൽ വച്ച് നോക്കിയിരുന്നു. എന്തേലുംകുത്തുന്നുണ്ടോ? കുഞ്ഞുങ്ങള് നാക്ക് നീട്ടുമ്പോൾ മുലക്കകത്തു നിന്നും ചാടി കുത്തുന്നുണ്ടോ? ഇല്ല. ഒരു പാമ്പും വരുന്നില്ല. പെണ്ണ് അമ്മയെത്തന്നെ നോക്കി.

അന്ന് രാത്രി സജീവന്റെ നാനോ ടാക്സിയിൽ വിമാലമ്മയും പെണ്ണും കുഞ്ഞും ആശുപത്രിയിലേക്ക് പോകുമ്പോൾ കുഞ്ഞ് ഞേള പിരിഞ്ഞ് കരയുന്നുണ്ടായിരുന്നു. പോകുന്ന പോക്കിൽ കെട്ടിയോൻ ബിജുവിനോട് വിളിച്ചു പറയാൻ മറന്നില്ല. അവർക്കുമുമ്പേ ആശുപത്രി വരാന്തയിൽ കാത്തുനിന്ന ബിജുവിന് കുഞ്ഞിന്റെ കാറിക്കരച്ചിൽ കേട്ടപ്പോൾ പിതൃഹൃദയം നൊന്തു. കരയുന്ന കുഞ്ഞിനേയും കൊണ്ട് സിസ്റ്റർ ഐ സി യുവിലേക്ക് പോയപ്പോൾ വിമാലാമ്മ മെഡിക്കൽ ലാബിനു പുറത്തിരുന്നു. അകത്ത് പെണ്ണിന്റെ പാല് ടെസ്റ്റ് ചെയ്യാൻ ഞെക്കിപ്പിഴിഞ്ഞെടുക്കുകയാണ്. ഐ.സി.യുവിന് മുമ്പിലിരുന്നു കണ്ണ് തുടച്ച ബിജുവിന്റെ അമ്മ മകനോടു മാത്രമായി കുശുകുശുത്തു. “കണ്ണിൽ കാണുന്നതെല്ലാം തിന്നിട്ടുണ്ടാവും അവള്” പെറ്റവയറിന്റെ ആർത്തി അറിയാൻ പാടില്ലാഞ്ഞിട്ടൊന്നുമല്ല അമ്മയങ്ങനെപറഞ്ഞത്. എരിതീയിൽ ഒരൗൺസ് നെയ്യും കൂടി ഇരിക്കട്ടെ.

ഐ.സി.യു.വിന്റെ ഇത്തിരി പോന്ന ഓട്ടയിലൂടെ ബിജു നോക്കി.

സിസ്റ്റർമാരപ്പോൾ ലാക്ടോജൻ കലക്കി ഇറ്റിറ്റായി കൊടുക്കുകയാണ്. ശാന്തനായി നക്കി നക്കി കുടിക്കുന്ന മണിക്കുട്ടൻ. അവര് കൊടുക്കുന്നത് നിർത്തുമ്പോൾ അവൻ വാവിട്ടു കരയുന്നു.

സിസ്റ്റർമാർ ചിരിക്കുന്നു. അവൾ കുഞ്ഞിനെ എടുത്ത് ഏമ്പക്കം പോക്കി. അവൻ സ്വസ്ഥമായി കിടന്നു കളിക്കുന്നു. മുലപ്പാലിനെന്തു പറ്റി? ബിജു ചുണ്ടുകടിച്ചു.